"ही कथा केवळ संकटावर मात करणे एवढ्यापुरती मर्यादित नाही तर ती साक्षरता आणि शिक्षणाचे महत्त्व यावर प्रकाश टाकते. तसेच महारोगाविषयी समाजात असलेल्या गैरसमजांकडे लक्ष वेधते. अतिशय महत्त्वपूर्ण आणि प्रेरणादायक अशी ही कथा आहे."

– शालेय नियतकालिकातील तारांकित अभिप्राय

नो ऑर्डिनरी डे

डेबोरा एलिस

अनुवाद
तोषदा आलटकर

मेहता पब्लिशिंग हाऊस

NO ORDINARY DAY by DEBORAH ELLIS

Copyright © 2011 by Deborah Ellis

First Published in Canada and the USA by Groundwood Books Ltd.
Translated into Marathi Language by Toshada Alatkar

नो ऑर्डिनरी डे / अनुवादित कादंबरी

अनुवाद : तोषदा आलटकर
३रा मजला, कुलकर्णी बंगलो, भोई हॉस्पिटलजवळ,
हॉटेल बालाजीजवळ, एस.टी. स्टँडच्या मागे,
इस्लामपूर, ता. वालवा, जि. सांगली – ४१५४१४

मराठी अनुवादाचे व प्रकाशनाचे हक्क मेहता पब्लिशिंग हाऊस, पुणे ३०.

प्रकाशक : सुनील अनिल मेहता, मेहता पब्लिशिंग हाऊस, १९४१,
सदाशिव पेठ, माडीवाले कॉलनी, पुणे – ४११०३०.

मुखपृष्ठ : फाल्गुन ग्राफिक्स

प्रथमावृत्ती : मार्च, २०१५

ISBN 9788184987003

त्यांना; जे खरोखर प्रत्यक्षात दिसत नाहीत...

लेखिकेची टिप्पणी

माणसाच्या शरीरातील हात, पाय, त्वचा आणि डोळे यांसारख्या अवयवांवर हल्ला करून त्यांचा नाश करणाऱ्या एका जिवाणूमुळे कुष्ठरोग होतो. याच्या प्राथमिक अवस्थेत त्वचेवर पांढरे अन् रंगहीन चट्टे दिसायला लागतात. जर त्यांच्यावर वेळीच उपचार झाले नाहीत, तर हात आणि पाय यांच्यातील संवेदना नष्ट व्हायला सुरुवात होते. रोग्याला यामुळे कोणत्याही वेदना जाणवत नाहीत अगर जखमा झालेल्याही समजत नाहीत. या त्यांच्या जखमांना नंतर जंतुसंसर्ग होतो आणि मग कायमची व्याधी जडते.

मानवी इतिहासात या रोगाची नोंद फार पूर्वीपासूनच झाली आहे. या रोगामुळे कुरूपता वाढत असल्यामुळे साहजिकच या रोगाबद्दल बरीच भीती आणि गैरसमजही आहेत. बऱ्याच भागात अजूनही कुष्ठरोग झालेल्या माणसाला वाळीत टाकले जाते. त्याला समाजात मिसळू दिले जात नाही. कारण कुष्ठरोग बरा होऊ शकतो किंवा त्याच्यावर उपचार होऊ शकतो, हेच लोकांना कळत नाही.

जग सध्या पुढे जात आहे, झपाट्याने प्रगती करत आहे. कुष्ठरोगाची लागण झालेली व्यक्ती कळावी, त्याच्यावर उपचार केले जावेत, त्यांनी पुन्हा एकदा आपले जीवन सर्वांच्या सहकार्याने सुरळीत जगावे आणि पुन्हा त्यांना या रोगाची लागण होऊ नये यासाठी प्रामाणिक प्रयत्न केले जात आहेत; पण त्याला अजूनही म्हणावे तसे यश मिळालेले नाही.

कुष्ठरोग हा प्रामुख्याने गरिबीमुळे होणारा रोग आहे. मोठमोठ्या शहरांमध्ये जिथे अनेक लोक दाटीवाटीने लहान-लहान घरांमधून राहतात, तिथं या रोगांची लागण झपाट्याने होते. आर्थिक सुरक्षितता असणाऱ्या लोकांपेक्षा गरिबीत जगणाऱ्या लोकांचे जीवन अधिकच खडतर असते आणि उपचारांसाठी त्यांना वेळही घालवता येत नाही. त्यामुळे त्यांना या रोगाची पुन्हा-पुन्हा लागण होत राहते. गरीब देशातल्या कुष्ठरोग्यांना उपचाराची साधनेही मिळत नाहीत आणि त्यांच्या देशाची जडणघडणही

त्यासाठी पूरक नसते. शिवाय 'कुष्ठरोगी' असा कलंकही लागलेला असतो. त्यामुळे त्यांचे जीवन तर जास्तच कष्टप्रद झालेले असते.

तरीही या कुष्ठरोगाचा समूळ नाश करण्यासाठी सबंध जगभरातून एकत्रितपणे प्रयत्न केले जात आहेत. हे पुस्तक वाचणारी नवी पिढी कदाचित कुष्ठरोगाचा समूळ नाश करणारी ठरेल, अशी आशा वाटते.

अनुवादिकेचे मनोगत

'द ब्रेडविनर'ची लेखिका डेबोरा एलिस हिने आपल्या या नूतन पण सुंदर अशा कादंबरीतून एका तरुण अन् चिडखोर नायिकेचे दर्शन आपल्याला घडवले आहे. वल्ली – कोलकात्याच्या रस्त्यावर राहणारी ही अनाथ नायिका, स्वत:ला कुष्ठरोग झालाय याची अजिबात जाणीव नसलेली.

जीवनात निराश व्हावं, असं तरुण वल्लीबाबतीत काहीच नव्हतं. जरी तिचं आत्तापर्यंतच सगळं आयुष्य केवळ कोळसे वेचण्यात आणि आपल्या मावस भावंडांशी भांडण्यातच गेलं असलं, तरी भारतातल्या झरियासारख्या, भरपूर खाणी असलेल्या गावातलं जीवनच काय ते तिला ठाऊक होतं. रेल्वे रूळांच्या पलीकडे राहणाऱ्या राक्षसांची मात्र तिला कमालीची भीती वाटे. हे राक्षस म्हणजेच कुष्ठरोगी माणसं. वल्ली आणि इतर मुलं त्यांना दगड मारायची. ती स्वत:ला समजावत असे – असेना का आपलं आयुष्य खडतर. निदान आपण त्या राक्षसांसारखे तरी नाही.

आणि मग तिला कळतं की, ज्या घराला ती आपलं कुटुंब समजत होती, ते तिचं कुटुंब नव्हतंच मुळी. तिची मावशी म्हणवणारी ती स्त्री तर अगदी परकी बाई होती आणि वल्लीला सांभाळण्याचे तिला वल्लीच्या कुटुंबाकडून पैसे मिळाले होते. म्हणून मग वल्ली ते झरिया गावच सोडायचा निर्णय घेते... आणि अशा पद्धतीने सुरू होतो तिच्या जीवनाचा एक साहसी प्रवास, जो तिला कोलकात्यापर्यंत आणून सोडतो, म्हणजेच देवांच्या शहरापर्यंत.

हे इतकं वाईट नाही. वल्लीला कळतं की, जगण्यासाठी तिला जास्त वस्तूंची गरज लागत नाही. थोडक्यातही तिचं भागू शकतं. तिला हव्या असणाऱ्या वस्तू ती इतरांकडून 'उसन्या' घेऊ शकते आणि तिची गरज भागल्यावर ज्यांना त्या वस्तूंची तिच्यापेक्षाही जास्त गरज आहे, त्यांना त्या वस्तू देऊ शकते. यामुळेच सबंध शहरातून जरी ती जखमा झालेल्या,

अनवाणी पायांनी फिरली, तरी तिला वेदना होत नाहीत.

पण जेव्हा योगायोगाने तिची भेट नदीच्या घाटावर एका डॉक्टरांशी होते. तेव्हा तिला समजते की, ती देखील कुष्ठरोगी आहे. वैद्यकीय उपचारांची मदत मिळण्याची संधी असतानाही, आत्तापर्यंत आपण ज्या राक्षसांना घाबरत आलो, त्या राक्षसांपैकीच आपणही एक आहोत, हा विचारच तिला अस्वस्थ करतो. आणि ती पुन्हा एकदा त्या रस्त्यावरच्या अनिश्चित जीवनाकडे पळून जाते.

— **तोषदा आलटकर**

अनुक्रमणिका

माझ्या आयुष्यातील सर्वोत्तम दिवस

तो माझ्या आयुष्यातील सर्वोत्तम दिवस होता. त्या दिवशीच संपूर्ण जगामध्ये आपण अगदी एकटे आहोत, हे मला समजलं.

हे असं घडलं.

मी कोळसे गोळा करत होते.

नाही, नाही, मी कोळसे गोळा करणं खरं तर अपेक्षित होतं; पण मी कोळसे गोळा करत नव्हते. मला कोळसे गोळा करायचा कंटाळा आला होता. मला कोळशांचाच कंटाळा आला होता.

झरियात कोळशांचा कंटाळा येणं बरोबर नव्हतं, कारण झरियात सगळीकडे कोळसाच कोळसा आहे. खड्ड्यात कोळसा, ढिगाऱ्यांवर कोळसा, खाणींमध्ये कोळसा. रस्त्यांवर कोळसा आणि लोकांच्या केसात आणि फुफ्फुसांतही कोळसाच आहे. त्यामुळेच तर त्यांना नेहमी खोकला येतो.

एवढंच काय, हवेतही कोळसा आहे. जवळजवळ १०० वर्षं झाली शहराखाली जळत असणाऱ्या जीवाश्मांपासून कोळसा तयार होतोय. आणि तो जमिनीच्या भेगांमधून बाहेर पडून हवेत पसरतोय.

इथल्या पुरुषांना कुदळीनं आणि फावड्यानं कोळशांचे तुकडे करावे लागतात.

स्त्रियांना डोक्यावरच्या जड, मोठ्या कोळशाच्या टोपल्या सांभाळत अरुंद चढ चढावा लागतो.

लहान मुलांना इकडे-तिकडे फिरून कोळशांचे ओलसर गठ्ठे उचलावे लागतात. आणि हे जर मालकांच्या लक्षात आलंच, तर ते त्यांचा

पाठलाग करून त्यांना पकडतात आणि चांगला चोप देखील देतात. म्हणून लहान मुलांना जोरात पळावंच लागतं.

या अत्यंत आनंदाच्या दिवशी, मी कोळसे गोळा करायला हवं होतं, माझ्या खांद्यावर माझी कोळशांची पिशवी पण होती. पण त्यात थोडेसेच कोळसे होते. आणि मी मात्र कोळशाच्या खाणीत फिरायचं सोडून, माझ्या हातात पैशाचं नाणं आहे हे दुकानदाराला पटवून द्यायचा प्रयत्न करत होते.

"मला दाखव बरं," श्री. बॅनर्जी म्हणाले. ते आपल्या खुर्चीत बसून पट्टीनं माशांना हाकलत होते.

"हे बघा," मी माझी घट्ट मिटलेली मूठ त्यांच्यासमोर धरत म्हणाले.

"काय आहे ते? वीस पैसे? दहा पैसे? आहेत किती ते? त्यात एखाद-दुसरी मिठाई येईल जमलंच तर दोन. जास्त नाही. त्यामुळे काय करायचं ते ठरव आणि पैसे देऊनच विकत घे."

मी उत्तर देण्यासाठी थोडावेळ थांबले. श्री. बॅनर्जींच्या दुकानातल्या फळीवर, चेहऱ्याला गोरं करणाऱ्या क्रीमच्या बाटल्यांपुढे, एक टीव्ही सेट होता. त्या टीव्हीतलं चित्र अस्पष्ट दिसायचं आणि वर-खालीही व्हायचं. पण तरीही त्यात बॉलिवूडच्या नट्या नाचताना दिसायच्या. त्या नट्यांसारखं मीही माझं डोकं हलवून बघितलं आणि नंतर पुढे केव्हातरी त्यांच्यासारखं नाचण्यासाठी त्यांच्या स्टेप्सही लक्षात ठेवायचा प्रयत्न केला.

"सांग, काय हवंय," ते पुन्हा म्हणाले.

श्री. बॅनर्जींचं दुकान मोडक्या लाकडांचं आणि जुन्या पुठ्ठ्यांच्या पेट्यांचं बनलेलं होतं. एका बाजूला पूर्णपणे उघडं. चोरांपासून सावधगिरी म्हणून ते रात्री या दुकानात झोपत असत; पण गिऱ्हाइकांशिवाय इतर कुणी त्यांचा टीव्ही बघितलेला त्यांना खपत नसे.

"काय म्हणालात तुम्ही?"

"मी जे म्हणालो, ते तू ऐकलंस!" श्री. बॅनर्जी माशा हाकलायची पट्टी वर्तुळाकार फिरवत म्हणाले. पण मी कशाला तिकडे लक्ष देत्येय? त्यांना खुर्चीतून उठावंसं वाटत नव्हतं. मला हाकलण्यासाठी ते माझ्या मागून पळेपर्यंत जितका वेळ शक्य असेल, तितका वेळ मी त्यांचा

टीव्ही पाहायचे. या खेळाची मला खूप मजा वाटायची.

त्यांना माहीत होतं की, खरोखरच माझ्याकडे पैसे नाहीत. माझ्याकडे कधीच पैसे नसायचे.

मी आणखी थोडा वेळ तिथंच रेंगाळले; पण टीव्हीचा आवाज खूपच यायला लागला, त्यामुळे आता तिथं रेंगाळण्यात काहीच अर्थ नव्हता.

मी रेल्वेरूळावरून भटकायला लागले आणि सहज दिसतील, तेवढेच कोळशाचे तुकडे उचलू लागले. मी शोधायचा त्रास मात्र घेत नव्हते.

रूळांच्या बाजूला केरकचऱ्यांचे ढीग होते. भंगारवाले आणि शेळ्या देखील ते ढीग उपसायचे.

मी त्या ढिगांपासून लांबच उभी होते. मला उगीचच त्या भंगारवाल्यांकडून काही ऐकून घ्यायचे नव्हते. हे भंगारवाले अधून-मधून आपापल्या परिसरावर नजर ठेवून असतात म्हणे.

मी माझ्या पायांकडे बघितलं. माझ्या टाचेजवळचा ढीग मी उकरू लागले. मला शेळी व्हावंसं वाटलं. कारण शेळ्या सगळं काही खातात. मी विचार केला जर मी शेळी असते, तर मला कधीच उपाशी राहावं लागलं नसतं.

"ए, ती बघा, वल्ली. वल्ली, ये इकडं आणि आमच्याबरोबर दगड मार नाहीतर आम्ही तुला दगड मारू."

मी पाहिलं. माझे काही मावस भाऊ आणि त्यांचे मित्र रूळावर उभे होते. त्यांना कुणालाच मी आवडत नव्हते; पण त्याचं कारण मात्र मला माहीत नव्हतं.

"अरे, ती बहुतेक येणार नाही असं दिसतंय. बघा रे, खूपच घाबरलीय ती," माझा मावस भाऊ, संजय म्हणाला. तो माझ्याच वयाचा होता. लहानपणी मी एकदा त्याला मारलं होतं, त्याचा डूख तो अजूनही धरून बसला होता. त्याचं जेवून होईपर्यंत मला खायला परवानगी नव्हती आणि मग त्याच्या ताटात उरलेलं अन्न असेल, ते मला वाढलं जायचं. मला उपाशी ठेवायचं म्हणून तो अधाशीपणानं ताटातलं सगळं अन्न संपवायचा. एकदा मी हे सगळं सलग तीन दिवस सोसलं. मग एके दिवशी मी त्याला सगळं खाऊ दिलं आणि नंतर

ताटलीनं त्याचं ते बेअकली डोकंच फोडून टाकलं. यासाठी मला काकांचा चांगलाच मार मिळाला; पण नंतर संजय मात्र नेहमीच ताटात थोडंतरी अन्न ठेवायला लागला.

तरीही तो माझ्यावर वेगवेगळ्या पद्धतीनं सुड उगवायचा – अगदी सापासारखा. उदाहरणार्थ, रात्री मला झोपेत लाथा मारणं, मला डुक्कर तोंडी, बिनडोक, मूर्ख, बेअक्कल म्हणून चिडवणं. मी पण त्याचा अपमान करायची; पण माझ्या शब्दांत त्याच्या इतकी ताकद नव्हती. तो माझ्यापेक्षा जास्त ताकदवान आहे, हे त्यालाही माहीत होतं आणि मलाही. आम्हां दोघांनाही ते चांगलंच समजलं होतं.

मी दगड मारायला घाबरत होते; पण मी घाबरले आहे, हे मला त्यांना कळू द्यायचं नव्हतं. आणि तसं त्याच्या मित्रांनाही दाखवायचं नव्हतं. जर ते त्यांना समजलं असतं, तर शेळी जेवढ्या आवेगानं ढिगाऱ्यावर तुटून पडते, त्यापेक्षा जास्त जोराने ते माझ्यावर तुटून पडले असते. मी चटकन ढिगाऱ्याच्या मधोमध जाऊन एक दगड उचलला. पण तो दगड ज्यांना मारायचा होता, त्यांच्याकडं नुसतं बघूनच मी थरथरायला लागले.

त्या रेल्वे रूळाच्या पलीकडे, एका हाकेच्याच अंतरावर, कचऱ्याच्या आणि शेणाच्या ढिगाऱ्यात राक्षस राहत होते. त्यांचे चेहरे माणसांसारखे नव्हते. काहींना नाक नव्हते, काहींना हात होते, पण हाताला बोटं नव्हती. आम्ही मारलेले दगड त्यांना लागू नयेत म्हणून ते आपले हात हलवून प्रतिकार करत होते.

पण जोपर्यंत ते रेल्वेरूळाच्या पलीकडं होते, तोपर्यंत मला घाबरायचं काहीच कारण नव्हतं. ते सगळे जण अगदी अस्वच्छ आणि घाणेरड्या प्राण्यांसारखे दिसत होते. आपल्या पूर्वजन्मीची पापे या जन्मी भोगत होते. आपण जर त्यांच्या अगदी जवळ गेलो, तर ते आपल्याला देखील त्यांच्यासारखेच बनवू शकतात असं माझे काका म्हणायचे.

"तू खूप खातेस!" माझे काका मला म्हणत. त्यांच्या छातीत अधूनमधून खूपच जोरात कळ येई आणि ती थांबावी म्हणून दारू पिण्यासाठीही त्यांच्याकडे पैसे नसले की, ते माझ्यावर असं ओरडत. "मी तुझे हातपाय तोडून त्या जनावरांबरोबर तुलाही भीक मागायला रूळावर पाठवेन. तू म्हणजे माझ्या डोक्याला नुसता ताप आहेस,

ताप.''

पण रात्री मात्र माझ्या कानाजवळ येऊन अगदी हळू आवाजात सांगत – आवाज करू नकोस, नाहीतर ते राक्षस तुला पकडून नेऊन फाडून टाकतील. मग मी थरथर कापायची, ओठ चावायची आणि सूर्योदय लवकर व्हावा म्हणून देवाकडे प्रार्थनाही करायची.

मी दगड मारण्यासाठी हात सावकाश मागं घेतला, डोळे बंद करून दगड फेकला खरा पण तो दगड त्यांच्यातल्या एकाला तरी लागला की नाही, देव जाणे. एक दगड आमच्याकडेही परत आला. संजय तो दगड उचलण्यासाठी खाली वाकला.

''अरे थांब, उचलू नकोस! नाहीतर तू देखील त्यांच्यासारखाच राक्षस होशील,'' माझा एक मावस भाऊ ओरडला. ''सगळ्यांना आपल्यासारखं बनवण्यासाठीच ते असं मुद्दाम करतात.''

संजयनं दुसरा दगड उचलला. ते सगळे जण दगड मारण्यात आणि हसण्या- खिदळण्यात इतके दंग झाले होते की, त्यांचं माझ्याकडे लक्षही नव्हतं.

म्हणून मी मागं-मागं सरकत त्यांच्यापासून लांब गेले. दगड मारता यावेत म्हणून त्यांनी आपल्या कोळशांच्या पिशव्या खाली जमिनीवर काढून ठेवल्या होत्या. आणि मुख्य म्हणजे त्यांच्या पिशवीत कोळसे होते. ते कोळसे त्यांच्या पिशवीत असण्यापेक्षा माझ्या पिशवीत असणं केव्हाही अधिक चांगलं होतं, नाही का? मी पटकन खाली वाकले अन् त्यातलीच एक पिशवी उचलून लगेचच धूम ठोकली.

थोडं अंतरच पळाले असेन, एवढ्यात मागून आलेल्या मुलानं मला जोरात थोबाडीत लगावली. मी घाणीत पडले.

''चोर! कोळसा चोर! कोळसा चोर!'' बाकीची मुलं देखील माझ्याभोवती गोळा झाली.

माझी त्यांच्याशी झटापट झाली, मी त्यांना लाथा मारल्या, पळून जायचा प्रयत्न केला. पण कसचं काय? तेवढ्या जणांशी दोन हात करणं, मला जमलंच नाही.

ते सगळे मिळून आता एक झाले होते. त्यांनी मला ठोसे लगावले, माझे केस ओढले, मला वर उचलून घेतलं. मला तर जमीन खालीच गेल्याचा भास झाला.

"फेका तिला राक्षसांकडे!"

"खाऊ देत ते तिला. म्हणजे तिला चांगलाच धडा मिळेल!"

मी किंचाळत होते. त्यांच्या तावडीतून सुटण्यासाठी धडपडत होते. मी माझं अंग आकसून घेतलं. शरीर वळवलं पण काहीच उपयोग झाला नाही. त्यांनी मला चांगलंच घट्ट पकडलं होतं.

त्यांनी मला उचलून रेल्वेरूळावर आणलं. प्रत्येक पावलागणिक आम्ही त्या राक्षसांच्या जवळ-जवळ जात होतो.

आणि मग त्यांनी मला फेकलं; पण मी स्वतःला सावरून उभी राहिले. अगदी त्या राक्षसाच्या मधोमध.

त्या राक्षसांच्या हातांवर, पायांवर, मांड्यावर आणि कोपरांवर मी पडले होते. मला प्रचंड राग आला होता. माझा जीव त्या अनेक घाणेरड्या शरीरांमुळे घुसमटत होता.

ते मला हात लावत होते, मला पकडत होते, मला मारत होते. मला या सगळ्याचीच जाणीव होत होती. ते जणू मला फाडून खाण्याच्याच तयारीत असल्यासारखे वाटत होते.

मी जोरात किंचाळले. त्या घाणीत, त्या अस्वच्छ जागेत मी श्वास घेत होते. मला मळमळलं. उलटी येईल असंही वाटलं.

रेल्वेरूळाच्या पलीकडेच त्या मुलांच्या हसण्याचा आवाज येत होता. म्हणजे ते अजूनही तिथंच उभे होते तर! माझे तुकडे होताना आणि ते राक्षस मला फस्त करताना त्यांना बघायचं होतं. यात त्यांना कमालीचा आनंद वाटणार होता; पण मी त्या राक्षसांना ठोसे लगावले, लाथा मारल्या, अंग वळवून त्यांच्यापासून कशीबशी स्वतःची सुटका करून घेतली. मी लांबपर्यंत घरंगळत जाऊन रेल्वेरूळाला धडकले. माझं डोकं त्यावर आपटलं. आता मी पुरेशी लांब आले होते. मी आता पळायला सुरुवात केली.

डोळे अश्रूंनी डबडबले होते; पण तरीही मी पळत होते. शेणातून पळताना मधे-मधे येणाऱ्या लोकांना चुकवत होते. मला कशाचीही पर्वा वाटत नव्हती. रेल्वेरूळावरून पळताना, रेल्वेची शिट्टी वाजली तशी मी जोरात किंचाळले.

आता रेल्वरूळावरून मी कोळशाच्या खाणीकडे निघाले. माझं थरथरणं थांबेपर्यंत मी चालतच राहिले. आता कुठं आपण विजयी

झालो असं वाटून मला जरा हायसं वाटलं.

शेवटी मी त्या राक्षसांच्या तावडीतून स्वत:ची सुटका करून घेतलीच. ते मला खाऊ शकले नाहीत.

मी मग चालतच राहिले; पण मला जाण्यासाठी कोणतंच ठिकाण नव्हतं. असं ठिकाण जिथं लोकांना माझ्यासोबत राहावंसं वाटेल. म्हणून मग मी चालतच राहिले. आणखी काय करणार? मला तर काहीच समजेनासं झालं होतं.

मला मागून घंटेचा आवाज ऐकू आला.

ती सायकलीची घंटा होती. सारखी वाजत होती आणि माझ्या जवळ-जवळ येत होती.

"आज शाळा आहे! शाळा! मोफत शाळा. या शाळेत सर्वांचे स्वागत! आज शाळेत या!"

थोड्या-थोड्या दिवसांनी अशी शाळा आमच्या गावात नेहमीच यायची. हे शिक्षक सायकलीच्या पाठीमागच्या पेटीत सगळी शाळा भरून आणायचे. खडू, नकाशे, शाळेची पुस्तकं सगळं काही या पेटीत मावायचं. या पेटीच्या एका बाजूला फळा बांधलेला असायचा आणि आपल्या सायकलीची घंटा वाजवून हे शिक्षक मुलांना गोळा करत, सबंध गावातून फिरायचे.

एका चहाच्या टपरीमागे थोडीशी उघडी जागा होती. तिथं ही शाळा भरायची. माझ्या मावशीचं लहान बाळ सोडलं, तर बाकी आम्हा सर्व भावंडांना शाळेत जायला मिळायचं. आमच्या घरात नेहमी एखादं तरी लहान बाळ असायचंच. माझी मोठी बहीण एल्मालाही शाळेत जाता यायचं नाही. सबंध कुटुंबाची जबाबदारी तिच्या एकटीवर होती ना! म्हणून तिला देखील घरातच राहायला लागायचं.

एल्माला मी आवडत नव्हते. तिला शाळेत जायला मिळायचं नाही.

मी चहाच्या टपरीपाशी पोहोचेपर्यंत शिक्षकांनी त्यांचा फळा वर देखील टांगला होता. त्यांनी फळ्यावर काही शब्द आणि अंकही लिहिले होते. वर्गाबाहेर येऊन त्यांनी कोळशाच्या तुकड्यानं त्या दगडामातीच्या भिंतीवर काहीतरी लिहिले होते.

"तिनं इथं यायचं नाही," माझ्या एका मावसभावानं माझ्याकडं

बोट दाखवून म्हटलं. मी त्या टपरीच्या पाठीमागं असलेल्या वडाच्या पारंब्यांमागं लपले होते.

"शिक्षण तर सर्वांसाठीच असतं," सर म्हणाले. ते तसं म्हणणार हे मला माहीतच होतं. त्यांनी धडा शिकवणं तसंच चालू ठेवलं.

शिक्षकांना मी आवडत होते.

त्यांनी आम्हाला शिकवलेलं माझ्या सगळं लक्षात होतं. जेवायच्या सुट्टीमध्ये मी त्यांच्या आसपास असले, तर ते आपला डाळभात खाता-खाता मला जादा धडे शिकवत असत.

एकदा त्यांनी मला वही पेन्सिलही दिली होती; परंतु माझ्या मावस भावंडांनी ती माझ्याकडून लगेचच काढून घेतली. पण थोडा वेळ का होईना माझ्याकडे ती वही पेन्सिल होती.

मी मातीमध्येच काठीनं अंक आणि अक्षरं काढायची. पाकीट अन् बिलावरचे काही हिंदी-इंग्रजी शब्दही मी वाचू शकत होते. माझ्याकडे कधीच पैसे असायचे नाहीत, पण तरीही मला पैशांची बेरीज करता यायची आणि खूप उंचावर, त्या विस्तीर्ण आकाशात दिसणारा चंद्र पृथ्वीभोवती फिरतो हेही मला माहीत होतं.

वडाच्या झाडामागे लपून मी हे सगळं काही पाहत होते आणि ऐकतही होते. मी मातीमध्येच अक्षरं काढली आणि डोक्यातच बेरजा केल्या.

माझ्या आयुष्यातल्या त्या सर्वोत्तम दिवशी माझी आणि एल्माची तिथंच गाठ पडली.

तिनं मला मारलं. खूपच जोरात मारलं.

"तुला काम करायला सांगितलं होतं ना?"

तिच्या कडेवरच्या मुलानं रडायला सुरुवात केली.

वर्गात शिक्षक शिकवत असणाऱ्या धड्यापेक्षा, त्या शाळेतल्या मुलांना आमचेच जास्त कुतूहल वाटत होते. फळा अन् शाळा बाजूला ठेवून ते आमच्या दोघींभोवती गोळा झाले.

"भांडण! भांडण! भांडण!" ते ओरडायला लागले.

"मी काम नंतर करीन," मी एल्माला म्हटलं. तिच्या कडेवर बाळ असल्यामुळे मी तिला मारू शकत नव्हते. "कोळसे कुठं पळून जात नाहीत."

"तुला ते काम आत्ताच करावं लागेल. मला काम करावं लागतं ना? जर तू शाळेत जाऊ शकतेस तर मग मी का नाही? मी तर सर्वांत मोठी आहे. मला त्या बदल्यात काहीतरी मिळालंच पाहिजे!''

तिनं मला परत मारलं. हे बरोबर नव्हतं, कारण मी मघाशी म्हटल्याप्रमाणं, मी तिला मारू शकत नव्हते.

"तुझं देखील इथं स्वागतच आहे,'' शिक्षक म्हणाले. ते सगळ्यांना परत शाळेत बसवायचा प्रयत्न करत होते. "त्या बाळालाही शाळेत आण.''

"आणि मग स्वयंपाक कोण करणार? धुणं कोण धुणार? तुम्हा पुरुषांना वाटतं की, या सगळ्या गोष्टी जादूनं चुटकीसरशी होतात.'' एल्मानं शिक्षकाकडे पाठ फिरवून माझी मानगूट पकडली आणि मला फरफटत दूर नेलं.

मुलं हसून आमची चेष्टा करायला लागली.

"जर तुम्ही तिला परत शाळेत येऊ दिलंत, तर माझे वडील तुम्हाला या गावातूनच हाकलून देतील,'' एल्मा मागं वळून शिक्षकांना म्हणाली.

मला या वाक्याचं हसूच आलं. पण एल्माला मात्र राग आला होता. तिच्या वडिलांचा सगळा वेळ रक्ताच्या उलट्या करण्यात, माझ्या मावशीला मारण्यात आणि मावशीनं कोळसे वाहून मिळवलेल्या पैशांची दारू पिण्यातच जात होता. ते काय शिक्षकांना गावातून हाकलणार?

मला खात्री होती की, या माझ्या हसण्यामुळे मला एल्माकडून चांगलाच मार मिळणार. पण माझी मानगूट सोडल्याशिवाय तर ती मला मारू शकत नव्हती. आणि जर तिनं माझी मानगूट सोडली, तर मी पळून जाऊ शकत होते. म्हणूनच मी बिनदिक्कत हसत होते.

पण जास्त वेळ नाही हं!

तिनं मला गावातून ओढत-ओढत नेलं. बऱ्याच वर्षांपासून लहान मुलांना सांभाळून-सांभाळून ती चांगलीच सशक्त बनली होती.

"कुठंय तुझी कोळशाची पिशवी?''

मी गारठलेच. मी माझ्या खांद्याकडे बघितलं. माझी पिशवी मला अचानक, जादूसारखी माझ्या खांद्यावर दिसेल, अशी आशा वाटली.

"मी माझी पिशवी टाकली,'' मी कुजबुजले.

“त्या वस्तूंना पैसे पडतात. फुकट नाही मिळत त्या. कुठं टाकलीस ती पिशवी? बोल. मला माहीत नाही असं म्हणालीस तर बघ.”

“ती पिशवी त्या राक्षसांपाशी आहे.” मी थरथरते आहे, हे मला जाणवलं. “रेल्वेरूळाच्या बाजूला असलेले राक्षस.”

एल्मानं माझ्या खांद्यावरचा हात आता परत माझ्या मानगुटीवर ठेवला आणि सबंध गावातून माझी वरात काढली. मी चुळबुळ करून पळून जायच्या प्रयत्नात होते; पण माझ्या मानगुटीत तिची बोटं चांगलीच रूतल्यामुळे तिची पकड घट्ट झाली होती आणि म्हणून मला पळता येत नव्हतं.

तिनं मला फरफटत रेल्वेरूळावर आणलं. पुन्हा त्याच घाणीत आणि त्याच कचऱ्याच्या ढिगाऱ्यावर – तिथंच जिथं बिननाकाचे राक्षस राहतात.

“जा आण जा तुझी पिशवी,” ती म्हणाली.

“मी नाही जाणार परत तिथे.”

“जा म्हणते ना! जा! आण जा!” तिनं मला जमिनीवर ढकललं.

मी तिच्या तावडीतून सुटले होते, मी पळून जाऊ शकत होते, पण जाणार कुठं?

“जर तू पिशवी न घेता घरी आलीस तर सगळे जण मलाच रागावतील. ते तुला तर मारतीलच पण माझाही जीव घेतील. तुला माहितीच आहे ते काय-काय करू शकतात. त्यामुळे बघ, तुला काय करायचं ते. तुझं तू ठरव – एकतर पिशवी भरून कोळसे तरी घरी आण नाहीतर घराचं तोंड देखील बघू नकोस,” एल्मा म्हणाली.

मला ती झोपडी आठवली – छोटीशी घाणेरडी, ओबडधोबड झोपडी. तिथंच आम्ही राहायचो, झोपायचो. स्टोव्हच्या धुरात कोळशाची धूळ मिसळायची आणि हवा जास्तच कोंदट व्हायची. तिथं डास-कोळी, मुंग्या-माशा यांचंच साम्राज्य पसरलेलं असायचं आणि कितीही झाडूनपुसून स्वच्छ ठेवलं, तरी त्याचा काहीच उपयोग व्हायचा नाही. त्या घाणेरड्या जमिनीवर सगळं कुटुंब एकमेकांना चिकटून झोपायचं. कधीतरीच रॉकेलसाठी पैसे असायचे. म्हणूनच सूर्यास्त झाला की, रात्र जास्तच मोठी वाटायची. सार्वजनिक संडासही खूपच लांब होता. आणि लहान मुलं काय तेवढ्या लांब जातील संडाससाठी?

त्या झोपडीत नेहमीच दुर्गंधी यायची. नेहमीच!

पण कधी-कधी मात्र आम्हा सगळ्यांना पोट भरून जेवण मिळायचं. आणि कधी-कधी तर आम्ही जास्त वेळ कोण टक लावून पाहतो, याची शर्यतही लावायचो. माझी मावशी आम्हाला प्राण्यांच्या कविता शिकवायची. काका पण प्यायलेले नसले किंवा खोकत नसले की, आम्हा लहान मुलांकडून खोटा-खोटा मार खायचे, मेलेल्याचं सोंग घेऊन आम्हाला हसवायचे.

तेव्हा मग ते घर आहे, असं वाटायचं.

मला कळेचना एल्मा मला कोळशाची पिशवी न घेता घरी का जाऊ देत नाहीये? पण मला खात्री होती की, ती मला घरात घेणार नाही.

मी थोडा वेळ तशीच उभी राहिले. आणि मग रेल्वेरूळाकडे चालायला लागले. आता मी रेल्वेरूळाच्या मध्यभागी पोहोचले होते. मला वाटलं, आत्ता समोरून रेल्वे यावी आणि माझ्या अंगावरून जावी. म्हणून मी थोडा वेळ तिथंच उभी राहून रेल्वे येण्याची वाट बघू लागले.

पण मागून एल्माचा आवाज आला, ''जा पुढे! तशीच चालत राहा!''

मी आणखी थोडी पुढे गेले. ते राक्षस माझ्याकडेच बघताहेत हे मला जाणवलं.

आणि मग काहीतरी घडलं.

त्या राक्षसांच्या गर्दीतून एक मुलगी माझ्याच दिशेनं पुढे आली. ती माझ्यापेक्षा लहान होती. पण माझ्यासारखीच दिसत होती. राक्षसांसारखी तर अजिबातच वाटत नव्हती. पण ती त्यांच्यात राहत्येय म्हणजे, ती पण त्यांच्यासारखीच असणार यात शंकाच नव्हती.

ती गालातल्या गालांत हसत माझीच कोळशांची पिशवी घेऊन येत होती.

तिनं माझ्या पिशवीची नीटनेटकी चापूनचोपून चौकोनी घडी घातली होती.

तिनं ती पिशवी माझ्यासमोर धरली.

पण मी ती घेतली नाही. मला तिची भीती वाटू लागली.

आम्ही बराच वेळ तशाच उभ्या राहिलो. आता तिच्या चेहऱ्यावरचे हसू गळाले. दुष्काळात रानटी झुडपाने गळून जावे ना, अगदी तसं.

शेवटी तिनं ती पिशवी जमिनीवर ठेवली आणि ती लांब निघून गेली.

पण मला त्या पिशवीला हात लावावासा वाटेना. त्या राक्षसांनी स्पर्श केलेल्या पिशवीला मी कसा काय स्पर्श करणार? त्यामुळे मी देखील त्यांच्यासारखीच राक्षस बनले तर?

मी कमालीची घाबरले. पण जर मी पिशवी उचलली नाहीतर एल्मा माझं काय करेल याचा नुसता विचारच माझ्या अंगाचा थरकाप उडवत होता. शेवटी माझा नाइलाज झाला आणि मी ती पिशवी उचलून रेल्वेरूळावरून निमूटपणे चालायला लागले.

"मला वाटलं तू ती पिशवी उचललीस तर बरं होईल. तुझ्यापासून सुटका झाली असती, तर किती बरं झालं असतं. मग आम्हाला सगळ्यांना घरात राहायला जास्त जागा मिळाली असती. पण कसचं काय? आमचं नशीबच फुटकं," एल्मा म्हणाली.

"असं का म्हणतेस, मी पण तुमच्याच घरातली आहे ना?"

एल्मा एक क्षणभर काहीच बोलली नाही.

मग म्हणाली, "नाही, नाही, तू आमच्या घरातली नाहीस."

"अगं, माझी आई तुझ्या आईची बहीणच होती. म्हणजे मग मी तुमच्याच घरातली झाले ना?" मी म्हटलं.

"तुझी आई आजारी होती आणि तुला जन्म देतेवेळेसच ती मेली. तुझ्या आजी-आजोबांनी तुला माझ्या आई-वडिलांच्या ताब्यात दिलं. ते आमच्या शेजारीच राहायचे. आणि त्यांना गाव सोडून निघून जावं लागलं," एल्मा म्हणाली.

"का बरं?"

"तुझ्या आईनं त्यांच्या कुटुंबाला बट्टा लावला होता. तू बिन बापाची पोरगी आहेस." एल्मा म्हणाली.

हे सांगताना तिची मान थोडीशी ताठ झाली होती. शेवटी तिनं एक लांब नि:श्वास टाकला.

"तू कोळसे वेचायलाच शिक. तेच बरं होईल. तेच तुझ्यासाठी अगदी योग्य काम आहे. तुला नवरा मिळणंही अगदी अवघड आहे. आणि त्या शाळेचा तर नादच सोड. वाचायला आलं म्हणजे कोळसे उचलायला आलं असं नाही. आता जा कामाला."

ती मला सोडून दूर निघून गेली.

मी एकटीच उभी राहिले. थोड्या वेळानं मी गाडीतून किंवा कुणाच्या तरी टोपलीतून पडलेले कोळसे उचलून पिशवीत भरायला सुरुवात केली. आत्ता कुठं माझी पिशवी जरा जड झाली.

एल्माच्या बोलण्यावर मी विचार करत होते.

आत्तापर्यंत, माझे आईवडील मेलेले आहेत एवढंच मला माहीत होतं. कारण सगळ्यांनी मला तसंच सांगितलं होतं. मी त्यांना कधी पाहिलेलंही नव्हतं. म्हणून मी कधी त्यांच्याबद्दल विचारही केलेला नव्हता.

आता मात्र माझ्या मनात त्यांच्याबद्दल विचार येऊ लागले.

मला संशय आला की, एल्मा माझ्याशी खोटं बोलत असणार. मला खात्री करून घ्यायची होती.

माझी मावशी जिथं कामाला जायची ते ठिकाण मला माहीत होतं. मी त्या खाणीकडेच निघाले. खाणीपाशी पोहोचल्यावर, त्या खाणीच्या कडेला, तिथल्या खोल जाणाऱ्या वाटेवर पाय सोडून तिची वाट बघत बसले.

तो खड्डा खूपच मोठा होता. आमचं संपूर्ण गाव त्यात मावून आणखी थोडी जागा त्यात शिल्लक उरेल इतका मोठा. त्याच्या तळाला काही माणसं कोळसा फोडत होती. बायका त्या खड्ड्यातून सतत ये-जा करत होत्या. त्यामुळे धूळ बरीच उडत होती. त्यांच्या दगड फोडण्याच्या फावड्याचा आवाजही ऐकू येत होता.

सूर्य डोक्यावर तळपत असला तरी कोळशाच्या धुळीनं आणि जळत्या कोळशाच्या धुरामुळे अगदीच अंधूक दिसत होतं. झाडांची पानंही हिरव्या रंगाऐवजी काळ्या रंगाची दिसत होती. आकाशाच्या निळ्या रंगाचेही तसेच. तो काळ्या रंगाने झाकला गेला होता.

सगळ्या गोष्टी काळ्या रंगाच्या होत्या.

फक्त खाणीतून रांगेत वर येणाऱ्या स्त्रिया सोडल्या, तर सगळ्याच गोष्टी काळ्या रंगाच्या होत्या. त्या स्त्रियांच्या साड्यांचे काठ चमचमत होते. कोळशाच्या धुळीमुळेही ते मळलेले नव्हते.

त्यांच्या साड्या धुताना मात्र खूपच घासावं लागायचं. मग कुठं त्यातून कोळसा बाहेर पडायचा. माझ्या मावशीची साडी धुण्यासाठी तर

खूपच पाणी लागायचं आणि त्यासाठी मलाच पाणी भरावं लागायचं. इतरही बरीच कामं मलाच करायला लागायची.

माझे स्वतःचे कपडे मात्र न धुतल्यामुळे काळ्या रंगाचेच दिसत होते. माझ्याकडे फक्त माझ्या अंगावरचेच काय ते कपडे होते आणि ते पण नेहमी कोळशानं माखलेले असायचे. नेहमीच!

धुळीच्या लोटांमध्ये चमकदार रंग हलताना दिसत होते. मला एक कल्पना सुचली – त्या स्त्रिया म्हणजे पक्षी आहेत, विचित्र पक्षी आणि मी चंद्रावर बसले आहे.

पण माणसं चंद्रावर बसू शकतात? बसलीच तर ते दृश्य अगदी झरियासारखंच दिसेल. मी मोठा वाटोळा चंद्र बघितला होता. तोही धुळीच्या अन् कोळशाच्या खाणीसारखाच दिसत होता.

मी असा विचार करण्यात इतकी गुंग झाले होते की, मी मावशीला भेटायला आलीये हेच मी जवळजवळ विसरून गेले होते. पण मला मावशी दिसली – डोक्यावर कोळशाची भली मोठी टोपली घेतलेली अन् त्याच्या भारानं वाकलेली माझी मावशी. ती आता खाणीतून बाहेर पडणाऱ्या रस्त्याच्या वरच्या टोकाला पोहोचली होती.

ती दिसल्याबरोबर मी तिच्याकडे पळतच गेले.

"मावशी, मावशी मला तुझ्याशी बोलायचंय."

"पण तुझी कोळशाची पिशवी पूर्ण भरलीये का? अगं बघ, ती अर्धीदेखील भरलेली नाहीये."

"मावशी, मला तुला एक विचारायचंय."

ती तशीच चालत राहिली. तिला कोळशाचं ओझं उतरवायचं होतं. मालक तर ट्रकजवळच उभे होते. मी त्यांना बघितल्या बघितल्या मागं सरकले. माझ्या पिशवीत काय आहे, हे मला त्यांना कळू द्यायचं नव्हतं. नाहीतर मला कोळशाचे पैसे न देताच त्यांनी माझ्याकडून कोळसे हिसकावून घेतले तर?

ट्रकजवळ बऱ्याच बायका रांगेत उभ्या राहून वाट बघत होत्या. मावशी पण त्यांच्यात जाऊन उभी राहिली. त्यांनी आपापल्या टोपल्या ट्रकमध्ये रिकाम्या केल्या. तो कोळसा उतारानं घसरू नये म्हणून ट्रक कामगारांनी तो भराभर व्यवस्थित रचला.

मावशी आपली टोपली ट्रकमध्ये रिकामी करून परत माझ्याकडे

आली.

"सांग पटकन मालकांचा मूड चांगला नाहीये."

"एल्मा म्हणत होती की, मी तिची मावस बहीण नाहीये."

"काय? मला ऐकू येत नाहीये." माझ्या चेहऱ्याजवळ तिचा चेहरा आणण्यासाठी ती खाली वाकली. तिचा चेहरा कोळशाच्या धुळीनं अन् घामानं माखला होता. तिच्या दातांवरही कोळशाचा थर होता.

"ती म्हणत होती की, तू माझ्या आईची बहीण नाहीस. माझी आई फक्त तुमच्या शेजारी राहत होती आणि आपण सगळे एकाच कुटुंबातले नाही."

"अगं, बघ जरा, तू कुठं उभी आहेस!" मावशी किंचाळली.

माझ्या पायाखालच्या जमिनीला भेगा पडल्या होत्या आणि त्यातून धूर बाहेर पडत होता. माझ्या तळव्याखाली तर जळते निखारे होते.

मावशीनं मला त्या निखाऱ्यांवरून दूर ढकललं. माझा भाजलेला तळवा बघण्यासाठी ती आपल्या गुडघ्यांवर बसली. मी पाहिलं की, एक गरमागरम लाल निखारा माझ्या तळव्याखाली जळत होता.

"तू कुठेतरी जाऊन स्वतःच्या पायाला जखमा करून घेतलेल्या दिसताहेत. आता कसं काम करू शकणार तू? आता औषधं तरी कशी आणायची रे देवा," ती म्हणाली.

मी माझा पाय तिच्या हातातून सोडवला.

"अगं मावशी, मी ठीक आहे. मला काहीही झालेलं नाही; पण हे खरं आहे का?"

"काय खरं आहे का?" तिनं माझ्याकडे बघत म्हटलं.

"हेच की, आपण एकाच कुटुंबातले नाही."

ती आपल्या साडीच्या पदरानं माझ्या तळव्यांवरची कोळशाची धूळ अन् राख बाजूला करण्यात मग्न होती. मला वाटलं की, ती माझ्या प्रश्नाचं उत्तर देणार नाही.

पण तिनं उत्तर दिलं.

"आपण एका कुटुंबातले नाही. तुझ्या आईच्या आई-वडिलांनी तुला सांभाळण्यासाठी आम्हाला थोडेसे पैसे दिले होते. म्हणूनच तू आमच्याबरोबर राहतेस," ती म्हणाली.

मालक तिला ओरडून परत कामावर बोलवायला लागले. तिनं

माझ्या खांद्यावर हळुवारपणे हात ठेवला आणि क्षणभर तसाच राहू दिला. आणि मग आपली टोपली उचलून ती परत कोळसे गोळा करायला खड्ड्याकडे निघाली.

साड्या नेसलेल्या अन् टोपल्या घेतलेल्या इतर बायकांच्या बरोबरीनं ती उंच कडा उतरू लागली. ती दिसेनाशी होईपर्यंत मी तिच्याकडे कितीतरी वेळ तशीच बघत राहिले.

मला माझं भविष्य दिसत होतं.

मला आत्तापर्यंत नेहमीच वाटत आलं होतं की, माझं भविष्य मला स्वत:ला माहीत आहे आणि ते आहे कोळसे गोळा करणं. कारण त्याशिवाय मला दुसरं काय येत होतं? पण नुसतं काहीतरी करता येणं वेगळं आणि त्याचा स्वीकार करता येणं वेगळं.

आणि त्याच दिवशी – हे सत्य समजल्या दिवशीच – मी त्या सत्याचा स्वीकारही केला.

आता मी पुढचा विचार करू लागले. भविष्यात मी कोण बनणार याचा स्पष्टपणे विचार करताना आणखी एका सत्याचा माझ्या डोक्यात प्रकाश पडला.

मला कुटुंब नाही.

आपण आपल्या कुटुंबात राहतो, कारण ते आपलं कुटुंब असतं. कुटुंबात सगळ्यांनी एकत्र राहून एकमेकांची काळजी घ्यायची असते, एकमेकांना जपायचं असतं.

पण मला कुटुंब नाही.

मला मित्रही नाहीत.

आणि म्हणूनच मला इथं राहण्याचं काही कारणही नाही. बस्स ठरलं.

माझ्या मागे उभ्या असलेल्या ट्रकमध्ये कोळसा भरायचं काम चाललं होतं. ते काम संपल्यावर कामगार ट्रकमधून खाली उतरले, त्यांनी ट्रकच्या झडपा कुलपानं बंद केल्या. ड्रायव्हर मालकाशी बोलून चाकाच्या मागच्या बाजूला चढून बसला. दुसरा एक माणूस त्याच्या शेजारी बसला आणि गाडी सुरू झाली.

मालक निघून गेले.

मी आता विचार करण्यात वेळ दवडायचा नाही, असं ठरवलं

आणि ट्रकच्या दिशेनं निघाले.

भरभर चालण्यात तर मी पटाईत होतेच आणि गाडीत चढण्यातही अगदी तरबेज. आणि मुख्य म्हणजे जाडजाड कोळशांच्या टोकदार कडांमुळेही इजा होणार नाहीत असे जादूचे पाय मला मिळाले होते. आणखी काय हवंय?

क्षणार्धात मी ट्रकमध्ये चढले आणि सरपटत जाऊन कोळशाच्या ढिगाऱ्यावर चढून बसले. ट्रक चालू झाला होताच. मी कोळशाच्या ढिगाऱ्याखाली लपण्याचा प्रयत्न करत होते. माझ्या धक्क्यानं कोळसे ट्रकमधून खाली पडत होते. ते वेचण्यासाठी काही मुलं तिथे पळत आली आणि एकमेकांशी झोंबाझोंबी करायला लागली.

ट्रक आमच्या गावातून निघाला होता. आणि आता तो माझी मावशी नसलेल्या स्त्रीच्या घराजवळून चालला होता.

एल्मा बाहेरच उभी होती. दरवाज्यातला कचरा काढत होती. तिच्या एका हातात झाडू होता अन् दुसऱ्या हातात बाळ.

तिनं मला पाहिलं.

ट्रकला थांबवण्यासाठी ती मोठमोठ्यानं ओरडायला लागली. आमचा ट्रक सावकाशच चालला होता.

तिनं हातातला झाडू खाली जोरात फेकला आणि ती ट्रकच्या मागं धावतच आली.

मला वाटलं तीही माझ्याबरोबर येणार असेल. ट्रकला पकडण्यासाठी तिनं आपला हात लांब केला.

पण तेवढ्यात तिला कमरेवरच्या बाळाची आठवण आली.

बाळाला खाली ठेवण्यासाठी तिनं इकडंतिकडं बघितलं.

पण तिथं तशी जागाच नव्हती. ती जागच्या जागीच खिळून उभी राहिली.

झरियातून ट्रक खडखड आवाज करत चालला होता आणि एल्मा मात्र मला रडताना दिसत होती.

झुलता पर्वत

ट्रक गावातल्या कोळशाच्या ढिगाऱ्यावरून हळूहळू जात होता. त्यामुळे त्यात बसायला खूप गंमत वाटत होती. पण नंतर तो जेव्हा हायवेवरून निघाला आणि त्याचा वेगही वाढला, तेव्हा मात्र मला धडकी भरू लागली.

धडकी भरत असली, तरी खूप उत्तेजित झाल्यासारखंही वाटत होतं. एक हातगाडी सोडली, तर इतर कोणत्याही भरधाव धावणाऱ्या गाडीत मी कधीच बसले नव्हते. इतकंच काय, मी माझं गाव सोडून दुसऱ्या गावीही कधी गेले नव्हते. कध्धीच नाही. आणि आत्तापर्यंत तर मी फक्त कोळसेच बघत आले होते.

आता मात्र मी हिरवा रंग बघत होते. खरा हिरवा रंग. काळ्या रंगानं माखलेला हिरवा रंग नव्हे. शेतं, भाताची शेती, झाडी, लिलीच्या फुलांनी भरलेली सरोवरं सारं काही मी पाहत होते. निळंशार आकाश आणि पिवळी, जांभळी, गुलाबी रानटी फुलं. म्हशी, गाढवं, आंब्याची झाडं, फुलकोबीच्या रांगा, चहाचे मळे, बांधकामासाठी लागणारे उंचच उंच बांबूचे ढीग – सगळं काही मी पाहत होते.

बऱ्याचदा मी जे बघत होते, त्याचं नाव देखील मला माहीत नव्हतं. आम्ही खूपच वेगानं जात होतो. त्यामुळे मला वाटलं की, मी म्हणजे उंचावर वेगानं उडणारा आणि खाली जमिनीकडे बघणारा एक पक्षीच आहे.

जेवढी मी स्वत:ला कोळशाच्या ढिगात जास्तीत जास्त बुडवून घेत होते तितकं मला अधिकाधिक सुरक्षित वाटत होतं. माझ्या पाठीवर

कोळशाच्या ढिगाचं ओझं असल्यामुळे मी त्या कोळशाच्या पर्वतावरून खाली घसरू शकत नव्हते. माझा चेहरा तेवढा त्या ढिगातून अर्धवट बाहेर आला होता. मी हातावर हनुवटी टेकवून मागं-मागं जात राहणाऱ्या रस्त्याकडे पाहत होते.

मी कसलाच विचार करत नव्हते. मी फक्त बघत होते.

सूर्यास्तानंतरही डोळे ताणून मी रात्रीच्या अंधारात बघत राहिले. माझे डोळे थोड्याशा प्रकाशालाही प्रतिसाद देत होते. चंद्र उगवला होता. पूर्ण चंद्र. त्याला बघून माझ्या संबंध शरीरातून आनंदाच्या उकळ्या फुटत असल्याचा मला भास झाला.

ट्रक दोनवेळा थांबला. एकदा हायवेला इंधन भरण्यासाठी आणि दुसऱ्यांदा ड्रायव्हर आणि त्याच्या माणसाला पाय मोकळे करता यावेत यासाठी. मी मात्र तशीच शांत अन् स्तब्ध बसून होते. माझं डोकं मी खालच्या बाजूलाच केलं होतं. पकोड्यांचा आणि भजीचा वास येत होता. मला भुकेनं पोटात गुरगुरत होतं. पण मी तिकडं दुर्लक्ष केलं. मी यापूर्वीही उपाशी असायचेच की, त्यात काय एवढं?

संपूर्ण रात्र ट्रक फिरत होता. मधेच मला कधीतरी झोप लागली.

सकाळी जागी होऊन बघते तर काय, एक माणूस माझ्या शेजारी वाकून उभा होता. त्याच्या हातात फावडं होतं अन् तो शिव्या देत होता.

"हे काय?" तो ओरडला.

मग दुसरा आवाज आला.

"राज का थांबला आहेस?"

राज ताठ उभा राहिला. "अरे, आपल्या ट्रकमध्ये कुणीतरी फुकट प्रवासी आहे बघ."

"काय?"

मी त्या दुसऱ्या माणसाला पाहण्याअगोदरच तो कष्टानं वर चढला. माझं डोकं मी कोळशामध्ये बुडवलं असल्यामुळे मला ते जास्त वर काढता येत नव्हतं. म्हणून मला फक्त त्याच्या पायाचा खालचाच भाग तेवढा दिसत होता. एकानं त्याचं फावडं माझ्या चेहऱ्याजवळच्या कोळशावर जोरात आदळलं.

"हे कसं काय झालं?"

"मला काय माहीत?''

"तू नीट का नाही तपासलंस रे?''

"अरे, मीच सगळं करायचं का?'' आणि ते एकमेकांच्यावर जास्तच खेकसायला लागले.

मला असं खेकसणं अजिबात आवडत नाही. कारण त्यानंतर नेहमीच मारामारी सुरू होते. मी माझा चेहरा कोळशांमध्ये जास्तच लपवायला लागले अन् डोकंही हातानं झाकून घेतलं.

"आपण पोलिसांना बोलवू या,'' राज म्हणाला.

"पोलिसांना बोलावलं, तर या इथंच आपला बराच वेळ जाईल. आणि तेही आपलं नशीब चांगलं असलं तर नाहीतर त्यांना संशय यायचा की, आपणच हिला पळवून आणलीये. त्यामुळे ते कदाचित आपल्याला अटकही करतील.''

"अरे काम, बहुतेक हे मूल मेलेलं असावं. बघ ना, कसं कोळशांमध्ये मेल्यासारखं पडलंय. श्वासही घेत नाहीये ते.''

"म्हणजे आता आपल्याला हे मूल का मेलं याचं स्पष्टीकरणही द्यावं लागणार. काय करायचं?''

"आपण या प्रेताला रस्त्याकडेलाच सोडू या. इथं नको. एखादं भाताचं शेत किंवा पाण्याची जागा शोधूयात. आणि जरी हे लहान मूल कुणाला तिथं सापडलं तरी कुणालाही काहीही संशय येणार नाही.''

"अरे, आपण तू म्हणतोस तेवढे नशीबवान नाही. हे बघ, हे मूल जिवंत आहे,'' काम म्हणाला.

मी चुळबुळ सुरू केली होती. माझं डोकं झाकायला मी कोळशातून जरासा हात बाहेर काढायचा प्रयत्न करत होते.

"आपण याला कधीही ठार मारू शकतो,'' काम म्हणाला.

पण त्याचे ते शब्द हवेतच विरले.

त्या दोघांचा काय विचार चालला होता हे मला समजत नव्हतं; पण काहीही झालं तरी मी त्यांना माझ्या अंगाला ठार मारण्यासाठी हातही लावू देणार नव्हते. मी आत्तापर्यंत जो प्रवास केला होता, त्यामध्ये मला अनेक गमतीदार गोष्टी बघायला मिळाल्या होत्या आणि त्यामुळे मरण्यापूर्वी अशाच आणखी बऱ्याच गमतीदार गोष्टी बघायची उत्सुकताही निर्माण झाली होती. त्या दोघांशी दोन हात करण्याइतपत मी काही मोठी

नव्हते; पण वेळ पडलीच तर मी त्यांना कोळसे फेकून मारू शकत होते, त्यांना चावू शकत होते. आणि आणखीही बऱ्याच गोष्टी करू शकत होते. त्यामुळे मला ठार मारणं एवढं सोपं काम नव्हतं. त्यासाठी त्यांना पुन्हा विचार करावा लागणार होता.

माझ्या पाठीवरचा कोळसा बाजूला केला जात होता. त्यांनी माझी मानगूट पकडून मला बाहेर ओढलं.

मी तर थरथर कापतच होते.

मी माझे डोळे घट्ट बंद केले. तसं केल्यामुळे माझी भीती जरा कमी झाल्यासारखी मला वाटली. त्यांनी मला त्या कोळशाच्या पर्वतावरून खाली खेचलं आणि ट्रकजवळ उभं केलं.

''आपण अजूनही या मुलाला रस्त्यावर सोडून जाऊ शकतो,'' तो काम नावाचा बुटका माणूस म्हणाला.

''कुणी तुझ्या स्वतःच्या मुलाच्या बाबतीत असं वागलं, तर तुला काय वाटेल? तुझं नाव काय?'' राजनं मला विचारलं. तो कामच्या मानानं जरा उंच होता आणि बोलताना सारखी आपली अस्वच्छ दाढी खाजवायची त्याला सवय असल्यासारखी वाटत होती. ''का चढलीस तू आमच्या ट्रकमध्ये? खाली पडून मेली-बिली असतीस तर? का तुला कुणी आमच्या ट्रकमध्ये चढवलं?''

त्याच्या प्रश्नांची सरबत्ती इतकी वेगात होती की, मला काहीच उत्तर सुचत नव्हतं.

मग त्यांच्या मनात वेगळा विचार आला.

''अजून कुणी दुसरं आहे का या ट्रकमध्ये? काम, तुझं फावडं घे. बहुतेक या कोळशाच्या ढिगाऱ्यात आणखी काही मुलं लपलेली असतील.''

''तिथं आणखी कुणीच नाही,'' मी म्हटलं.

''थांब, थांब,'' ते दोघंही आता माझ्या जवळ येऊन मला निरखून बघू लागले. पण मी तर कोळशानं इतकी माखली होते की, मी माणूस आहे, हेच अगोदर ओळखायला येत नव्हतं. मग मुलगा की मुलगी हे तरी कसं कळणार?

''अरे, ही तर मुलगी आहे.''

''माझं नाव वल्ली.''

''कुणी ठेवलं तुला या ट्रकमध्ये? सांग. तुझ्या आई-वडिलांना

नकोशी झालीस की काय तू? पण कोणते आईवडील आपल्या मुलीला असं ट्रकमध्ये ठेवतील?''

''मला आईवडील नाहीत. कुणीही मला या ट्रकमध्ये ठेवलेलं नाही. माझी मीच या ट्रकमध्ये चढले,'' मी म्हटलं.

''का बरं?''

''कारण... कारण मला कोळसा आवडत नाही.''

''ह्या, म्हणे हिला कोळसा आवडत नाही. कोळशानं तर अंघोळ केल्यासारखी वाटत्येय ही आणि म्हणे हिला कोळसा आवडत नाही,'' काम म्हणाला.

''आता मात्र आपल्याला पोलिसांना बोलवायलाच पाहिजे. आपण हायवेवर इतक्या लहान मुलीला कसं एकटं सोडून जाणार?''

यावर ती दोघं पुन्हा एकमेकांशी भांडायला लागली. मला आता जाम कंटाळा आला होता. म्हणून मी त्यांना तिथंच सोडून चालायला लागले. मी कुठं आहे मला काहीच माहिती नव्हतं. पण मला एकंदरीत बरं वाटत होतं. मी कुठंतरी होते आणि कुठंतरी जात होते.

इमारती, घरं, लहान दुकानं बघत-बघत मी चालले होते. रस्त्यावर मोटारी अन् ट्रक्सची गर्दीच गर्दी होती. त्यामुळे हा रस्ता आमच्या गावातल्या रस्त्यांपेक्षा बराच रहदारीचा वाटत होता. हायवेच्या एका बाजूला एक कोळशाचं दुकान होतं; पण ते अजिबात चांगलं नव्हतं. बाकीच्या सगळ्या गोष्टी मात्र अगदी नवीन आणि वेगळ्या वाटत होत्या.

मी काही जास्त लांब गेले नसेन एवढ्यात कामने पाठीमागून येऊन माझा हात पकडला.

''कुठं चाललीयस?''

मी रस्त्याच्या दिशेनं बोट दाखवलं.

''इतकं सोपं वाटलं होय ते तुला?'' तो मला परत ट्रककडे घेऊन गेला.

कदाचित आता त्यांनी काहीतरी निर्णय घेतला होता.

''आता असं करायचं – तू निमूटपणे ट्रकमध्ये बसायचं. आम्ही हा कोळसा उतरवून लगेचच तुला आमच्या एका ओळखीच्या बाईंकडे घेऊन जातो. म्हणजेच श्रीमती मुखर्जींकडे. त्यांच्या घरात तुझी सगळी

व्यवस्था होईल.''

''लहान मुलीसाठी हे योग्य नाही. तिचं हे शाळेत जायचं वय आहे,'' राज म्हणाला.

''गप रे. कागदपत्र नसलेल्या एका अनाथ मुलीला कोण घेणार शाळेत? कोण फी भरणार तिची? तू सध्या किती मुलांची फी भरतोस? काही काळजी करू नकोस. सगळं काही ठीक होईल,'' काम म्हणाला.

तो मला ट्रकच्या पुढच्या भागाकडे घेऊन गेला. त्यानं माझ्यासाठी दरवाजा उघडला. ट्रक खूपच उंच होता म्हणून त्यात चढण्यासाठी मला त्यांची मदत लागणार होती.

ट्रकमध्ये खाली बऱ्याच गोष्टी अस्ताव्यस्त पण पडलेल्या होत्या. खमंग पदार्थांची पुडकी, सिगारेटची पाकिटं अन् बाटल्यांची टोपणंही त्यात होती. मी मात्र या वस्तूंमध्ये पैसेही सापडतात का हे पाहू लागले. त्यासाठी त्या सगळ्या वस्तूंची मी उलथापालथ केली; पण हाताला काहीच लागलं नाही. शेवटी मी त्या पुडक्यांचे तुकडे चाटले. खारट लागले, पण चवीला चांगले वाटले.

ते दोघंही पुढे येऊन पुढच्या सीटवर बसले. मला मात्र त्यांनी त्यांच्या पायाशीच बसवलं. मला त्यांचं असं करणं अजिबात आवडलं नाही. त्यांचे पाय घाण होते आणि त्यांना खूप जागाही लागत होती. खाली बसल्यामुळे मला खिडकीतून बाहेरचं काही दिसूही शकत नव्हतं.

थोडंसं अंतर पार करून आम्ही परत थांबलो. ते दोघंही खाली उतरले. मला खाद्यपदार्थांचा वास आला. त्यांनी माझ्यासाठी चहा आणि डोसे आणले. मला धक्काच बसला. ट्रकमध्ये बसूनच मी त्यावर ताव मारला. काहीही कष्ट न करता मला मिळालेलं, खास केवळ माझ्यासाठी मागवलेलं असं ते अन्न होतं आणि विशेष म्हणजे माझ्या कोणत्याही भावंडाच्या ताटातलं उष्टं अन्न तर ते अजिबातच नव्हतं.

ते दोघं परत ट्रकमध्ये येऊन बसले. आता रस्त्यावरची गर्दी वाढली होती. म्हणून आमचा ट्रक सारखा थांबत होता, चालत होता ऽ ऽ चालत होता ऽऽ चालत होता ऽऽ ऽ थांबत होता. मला मोटारींच्या हॉर्नचा आवाज ऐकू येत होता, धुराचा वास येत होता. ट्रक वळण घेताना जाणवत होतं. ट्रकच्या मार्गात येणाऱ्या लोकांवर ड्रायव्हर खेकसत होता आणि लोकांच्या मार्गात येणाऱ्या ट्रकच्या ड्रायव्हरवर

लोक ओरडत होते. हे सगळं ऐकायला मला खूपच गंमत वाटत होती; पण मला हे सगळं बघायलाही खूप आवडलं असतं. पण काय करणार, मला काहीच दिसत नव्हतं.

आता ट्रक पूर्णपणे थांबला. त्याचं इंजिनही बंद झालं.

"बघ बाबा, अजून विचार कर. मला खात्री वाटत नाहीये," राज म्हणाला.

"आत्ता गप्प बसतोस का? आपण इथंवर आलोय ना आता? एकदा ठरवलं की ठरवलं. त्यात बदल करायचा नाही. उठ मुली, तुझा प्रवास इथं संपलाय," काम म्हणाला.

फुलपाखरासारखी स्त्री

त्यांनी मला ट्रकमधून उचललं आणि ते मला एका अरुंद गल्लीत घेऊन गेले.

तिथं जिकडे बघावं तिकडे सिमेंटच सिमेंट होतं.

नाही, नाही. इतरही बऱ्याच गोष्टी होत्या की तिथे.

तिथे एक माणूस आपल्या दुकानात चामड्याच्या चपला शिवत होता.

एक स्त्री संडासातली घाण गाडीत भरून ती गाडी ढकलत नेत होती.

एका कोपऱ्यात काली देवीची मूर्ती होती – काळ्या रंगाची. पण तिची जीभ मात्र लाल रंगाची होती आणि तोंडातून ती बाहेरही आलेली होती. सूट-बूट टाय घातलेला एक तरुण तिला हात जोडून नमस्कार करत होता.

वरच्या बाजूनं बाळाच्या रडण्याचा आवाज येत होता. तिथं कुणीतरी संगीतही वाजवत होतं.

मी माझं हसू थांबवू शकत नव्हते.

"अरे व्वा! इथं बरंच काही घडतंय की!" मला इथं आणल्याबद्दल मी तुमची आभारी आहे," मी म्हटलं.

"आमचे आभार मानायची काही एक गरज नाही," राज म्हणाला.

त्यांनी एक हिरवा दरवाजा ठोठवायला सुरुवात केली; पण कुणीच दरवाजा उघडला नाही.

"तुला नक्की माहिती आहे ना की ती आतच आहे म्हणून?"

"हो नक्की. नक्कीच ती आत आहे. अजून कुठं असणार ती?"

ते परत-परत दरवाजा ठोठावत राहिले. शेवटी एका मध्यमवयीन बाईनं वरच्या खिडकीतून त्यांच्याकडं बघितलं आणि ती त्यांच्यावर जोरात खेकसली.

"वेड लागलंय का काय तुम्हाला? माहीत नाही, माझ्या मुली ११ वाजल्याशिवाय उठत नाहीत ते आणि मी दुपार झाल्याशिवाय उठत नाही. जा तुम्ही आत्ता."

श्रीमती मुखर्जी, आम्ही तुमच्यासाठी काहीतरी आणलंय."

"मला ते धंद्याच्या वेळेस दाखवा. आत्ता नको."

ती आतमध्ये गेली. जाताना तिनं खिडकी जोरात आपटून बंद केली.

या दोघांनी परत दरवाजा ठोठवायला सुरुवात केली.

परत खिडकी जोरात उघडली गेली.

"मला चिडवू नका!" ती म्हणाली.

"श्रीमती मुखर्जी, बघा तरी!"

मला त्यांनी दरवाज्यापासून दूर ढकललं आणि वरून तिला दिसेल, अशा पद्धतीनं गल्लीत उभं केलं.

"काय आहे?" ती म्हणाली.

"मुलगी."

"माझा विश्वास नाही तुमच्यावर."

असं म्हणून ती परत आत जायला वळली.

"अहो, ऐका तरी. तिला आईवडील नाहीत."

आता मात्र ती थांबली आणि खिडकीत वाकून तिनं माझ्या दिशेनं एक तीक्ष्ण कटाक्ष टाकला. मीही तिच्याकडे बघून स्मितहास्य केलं आणि हात हलवला. तिची काहीच प्रतिक्रिया दिसेना. पण मला तर तिच्यावर चांगलाच प्रभाव पाडायचा होता.

"मी वल्ली, शुभप्रभात," मी म्हटलं. हात जोडून, थोडंसं वाकून मी तिला नमस्तेही केलं.

"आमच्यासाठी दुपार हीच शुभप्रभात असते," तिनं चिरूट पेटवला आणि एक झुरका घेऊन त्याचा धूर हवेत सोडत म्हटलं. "थांबा, मी खालीच येते."

ती तिथून निघून गेली आणि थोड्या वेळातच तिनं तो हिरवा दरवाजा उघडला.

"तुम्ही तिला पळवून आणलेलं नाही, यावर मी कसा विश्वास ठेवू? कारण अगोदरच माझ्यामागे पोलिसांचा खूपच ससेमिरा लागलाय." तिनं म्हटलं.

"मी स्वतःहूनच यांच्या कोळशाच्या ट्रकमध्ये गुपचूप यांच्या नकळत मागच्या बाजूनं चढले. कारण मला झरियातून बाहेर पडून लांब कुठंतरी जायचं होतं," मी म्हटलं.

"लांब कुठेतरी म्हणजे मोठ्या शहरात, तिथल्या झगमगाटाकडे होय ना? असं वाटतंय की, तू तुझ्यासोबत सबंध झरियालाही आणलं आहेस," तिनं माझ्याकडे बारीक नजरेनं बघत म्हटलं.

"काय काम करत होतीस, झरियात?"

"कोळसे उचलत होते. तिथं फक्त तेवढं एकच काम करता येतं; पण मला लिहिता वाचताही येतं. थोडं-थोडं इंग्रजीही मी बोलू शकते," आणि मी तिच्यावर भाव मारण्यासाठी इंग्रजी मुळाक्षरं म्हणायलाही सुरुवात केली. तसंच गरज पडलीच तर बायबलमधल्या कविताही म्हणायच्या असं मी ठरवलं होतं. सायकलवरून येणाऱ्या शिक्षकांनीच त्या कविता आम्हाला शिकवल्या होत्या.

पण मी मुळाक्षरं म्हणत म्हणत 'जे' या अक्षरापर्यंत आले आणि श्रीमती मुखर्जींनी मला हातानंच थांबण्यासाठी खुणावलं.

"तुझे आईवडील कुठं असतात?"

मला माझ्या वडिलांबद्दल काहीच माहीत नव्हतं तरीही मी खोटं बोलले, "ते मेले. मी माझ्या मावशीकडे राहत होते; पण ती माझी खरी मावशी निघाली नाही. म्हणून मग मी तिचं घर सोडलं."

तिनं खाली वाकून माझ्याकडे टक लावून बघितलं. अगदी डोळ्यात डोळे घालून.

"लक्षात ठेव, मला खोटारडी माणसं आवडत नाहीत."

"मलाही आवडत नाहीत." मी देखील पापणी न हलवता म्हटलं.

ती आता सरळ उभी राहून त्या दोघांशीही बोलायला लागली.

"ठीक आहे, मग काय म्हणणं आहे तुमचं?"

"आमचं म्हणणं एवढंच आहे की, हिला शोधण्याचा मोबदला तरी

आम्हाला मिळायलाच हवा. बाकी काही नाही.'' काम म्हणाला.

''मोबदला? म्हणजे पैसे? तुम्हाला मी हिच्या बदल्यात पैसे देईन असं वाटलं? एका पळून चाललेल्या मुलीलाच पकडण्याचे पैसे? चल हट.''

''हे बघा, आम्ही तिला आश्रमातल्या ननकडेही घेऊन जाऊ शकलो असतो. किंवा आम्ही तिला देवळातही सोडलं असतं,'' राजनं चालण्यासाठी माझा हात धरत म्हटलं.

''हे बघ, इतकी गडबड करू नकोस.'' कामनं राजला सावरून घेतलं. ''श्रीमती मुखर्जी, आम्ही तिला तुमच्याकडे आणलं ते केवळ तुम्ही तिला चांगलं वागवाल हे आम्हाला माहीत आहे म्हणून. ती हुशार आहे. ती तुमच्यासाठी काहीतरी काम करू शकेल. आणि या बदल्यात आम्हाला काहीही नको. पण आमचे नुसते आभार तरी मानाल की नाही?''

''ही आणि हुशार?'' श्रीमती मुखर्जी पुन्हा म्हणाल्या. ''मला नाही वाटत तसं काही. बघा, बघा कशी बघत्येय माझ्याकडे, जणू काय मी चंद्रावरून किंवा परग्रहावरूनच आलीय. का गं बघतेस अशी माझ्याकडे?''

''तुम्ही फुलपाखरासारख्या दिसता आहात, म्हणून. खरोखर, एका सुंदर फुलपाखरासारख्या दिसता आहात तुम्ही,'' मी म्हटलं.

ती हुबेहूब तशीच दिसत होती. सैलसर झगा, पंखासारख्या रुंद बाह्या, फिरते अन् चमकदार रंग. अगदी फुलपाखरूच. मी काही जास्त फुलपाखरं बघितली नाहीत. पण अधूनमधून झरियाला एखादं फुलपाखरू उडत-उडत भेट देऊन जायचं.

हे ऐकून ती दोघंही आपलं हसू दाबायचा प्रयत्न करत होती. श्रीमती मुखर्जींना आपल्या स्तुतीनं अवघडल्यासारखं झालं म्हणून त्यांनी एका हातानं केस सरळ करायचं आणि दुसऱ्या हातानं आपले कपडे नीटनेटके करायचं नाटक केलं.

''बघू या, कसं काय जमतं ते. पण मी तुम्हाला रोख पैसे काही देणार नाही. कारण तसं करणं म्हणजे हिला विकत घेतल्यासारखं होईल आणि मी तर त्याच्या अगदी विरूद्ध आहे, तुम्हाला माहितीच आहे,'' ती म्हणाली.

''मग आपण हे पैसे आपल्या व्यवसायातून वसूल केले तर?''

कामनं सुचवलं.

"आता मला लगेचच त्यातले थोडे वसूल करायला मिळाले तर बरं होईल," राज म्हणाला.

"हे बघा. मी तुम्हाला मघाशीच सांगितलंय की, माझ्या मुली अजून उठलेल्या नाहीत. आणि अगोदर या मुलीला स्वच्छ धुऊन ती कशी दिसते ते मला बघितलं पाहिजे. नाहीतर या कोळशाच्या धुळीखाली कोळशाशिवाय दुसरं काहीच असायचं नाही. तुला काय वाटतं बाळ? तुला आवडेल का माझ्यासाठी काम करायला?" श्रीमती मुखर्जी म्हणाल्या.

"मला कोळसे उचलायला लागतील काय?" मी विचारलं.

"अगं, नाही, नाही. तुला फक्त चांगले-चांगले कपडे घालून दिवसभर झोपावं लागेल. आणि घरातली छोटी-मोठी कामंही करावी लागतील. एवढंच! जमेल ना तुला?"

"हो जमेल की. पण फक्त थोडीशीच कामं करेन हं मी," मी म्हटलं.

"तुम्ही पुन्हा नंतर या. त्यावेळेस आपण बोलू की, ती या व्यवसायासाठी योग्य आहे की नाही ते. आता जा तुम्ही. तुमच्या मोठ्या ट्रकमुळे गल्लीचा रस्ता बंद झालाय," श्रीमती मुखर्जी म्हणाल्या.

"मी तुमची आभारी आहे," ते दोघं निघताना मी पुन्हा त्यांना म्हणाले.

मला खरं तर त्यांना हात हलवून त्यांचा निरोप घ्यायचा होता. त्यासाठी मला तिथंच थांबायचं होतं; पण श्रीमती मुखर्जींनी मला तसं करू दिलं नाही. त्यांनी मला आत ओढून दरवाजा लावून घेतला.

"मी परत चाललीय झोपायला. माणसांनी इतक्या लवकर उठू नये. अरे माझ्या देवा, किती घाण आहेस तू. आता मला तुला वरच्या मजल्यावर घेऊन गेलंच पाहिजे. पण तू मात्र कशालाही शिवू नकोस. हं," त्या म्हणाल्या.

आम्ही दगडी पायऱ्या चढत-चढत बरंच उंच गेलो. माझी मावशी नसलेल्या स्त्रीची मला आठवण आली. ती देखील असंच कोळशाचा उंचच उंच डोंगर चढायची.

इतक्या उंच इमारतीत मी कधीच गेले नव्हते. जिन्याच्या आजूबाजूला

बऱ्याच खोल्या होत्या. त्यांचे दरवाजे लावलेले नव्हते. जिना चढताना त्या खोल्यांमध्ये बायकांना मी हसून नमस्कार करत होते. काही जणी चटईवर बसून चहा पीत होत्या. तिथं खूप लहान मुलंही होती. त्यांच्या आया त्यांना दूध पाजत होत्या. मी त्यांना हसून नमस्कार करत होते; पण आम्ही इतक्या गडबडीत चाललो होतो की, त्या बायकाही मला परत हसून नमस्कार करतात की नाही, हे पाहायला देखील आम्हाला वेळ नव्हता.

शेवटी एकदाचे आम्ही छतावर पोहोचलो. मला तिथून सहजपणे निळं आकाश आणि उंचच उंच इमारती दिसू शकत होत्या. छताच्या कडेला एक छोटी दगडी भिंत होती. मला तिथून कधी एकदा खाली वाकून पाहतेय असं झालं होतं. कारण मी कधीच इतकी उंच गेले नव्हते.

पण श्रीमती मुखर्जींनी मला तसं करू दिलं नाही.

''नंतर खेळायचंच आहे. मला आत्ता झोप आलीय. नाहीतर धंद्याच्या वेळेस माझं मन ताळ्यावर असणार नाही. आणि हो, तुझाच जर विचार करत बसले, तर मला काही झोप येणार नाही. म्हणून तू थोडा वेळ इथंच थांब.''

त्या छतावर एक शेड उभारली होती. त्या शेडचा दरवाजा उघडून तिनं मला आत आणलं. एक चटई आणि बादली सोडली तर तिथं दुसरं काही एक नव्हतं.

''तुला लघवी करायची असली तर त्या बादलीत कर, मी कुणालातरी तुझ्यासाठी जेवण पाठवायला सांगते. उपाशी आहेस ना?'' ती म्हणाली.

मी सकाळी नाश्ता केलाय हे मी तिला सांगायच्या आतच ती तिथून निघून देखील गेली. मला कडीचा आवाज आला म्हणजे ती मला आतच कोंडून गेली असणार.

मी ठाम निश्चय केला की, कितीही अडचणी आल्या तरी येणाऱ्या प्रत्येक संधीचा योग्य वापर करून घ्यायचाच.

थोड्या वेळानं एक बाई आली. तिनं दरवाज्याची कडी काढली. ती अजूनही झोपेतच असल्यासारखी दिसत होती. माझ्या हातात जेवणाचं ताट देऊन ती परत मला कोंडून निघून गेली.

शेड काही फार भक्कम नव्हती. लाकडाच्या फळ्यांना खिळे ठोकून

ती कशीबशी उभी केली होती. त्याच्या फटीतून सूर्यप्रकाश सहजपणे आत येत होता आणि थोड्याशा धक्क्यानेही ती शेड कोलमडेल की काय, असं वाटत होतं. मला पळून जायचं असेल, तर ही युक्ती चांगली होती.

पण मला प्रथम जेवणावर ताव मारायचा होता. गरमागरम चहा प्यायल्यावर मी दालरोटीही बकाबका खाल्ली आणि मग भिंतीला टेकून चटईवर बसले. आणि एक केळंही खाऊन संपवलं. केळं खाता-खाता शेडच्या फटीतून दिसणारं निळं आकाशही मी बघत होते. या चटईवर आता केवळ माझाच हक्क होता. आता माझं पोटही भरलेलं होतं.

माझी मावशी नसलेल्या बाईची आणि माझी बहीण नसलेल्या एल्माची मला सारखी आठवण येत होती.

त्या दोघी आता परत कामावर गेल्या असतील. माझी मावशी कोळशाच्या खाणीत काम करत असेल आणि माझी मावस बहीण बाळाला सांभाळण्याचे काम करत असेल. जर त्यांचं नशीब चांगलं असेल, तर त्यांना रात्री चांगली झोपही लागली असेल; पण बहुधा तसं घडलं नसावं. कारण माझा काका नसलेला तो माणूस रात्रभर खोकत असणार. जर तो प्यायलेला असेल, तर तो खोकणार नाही आणि जर तो प्यायलेला असेल, तर मुलं नक्कीच उपाशी पोटी असणार आणि मुलं जर उपाशी असतील, तर याचाच अर्थ ती रात्रभर नुसती रडत असणार. मग कुठली शांत झोप लागायला? मी नसल्यामुळे कदाचित त्यांना झोपायला जास्त जागा मिळाली असेल; पण मी नसल्यामुळे त्यांना कोळसे विकल्याचे पैसेही कमीच मिळाले असतील.

आजचा दिवस त्यांच्यासाठी कठीण गेला असेल. उद्याचाही तसाच जाईल. मला त्यांची खूप आठवण येत होती असं बिलकूल नाही. पण मी सर्व देवांना प्रार्थना केली की, एक दिवस त्या सर्वांनाही एक मोठी चटई झोपायला मिळू दे. आणि इतर कुणीतरी कष्टानं मिळवलेलं केळं त्यांनाही खायला मिळू दे.

साबण

मी पळून जायचा प्रयत्न केला नाही. उलट त्या मऊ चटईवर चांगलीच ताणून दिली. मला गाढ झोप लागली.

दाराची कडी वाजल्याचा आवाज आला अन् मी जागी झाले. बघते तर काय, श्रीमती मुखर्जी आल्या होत्या. आता झग्याऐवजी त्या साडीत होत्या. त्यांनी आपले केस मागे वळवले होते. आणि त्यांनी आपल्याबरोबर दोन तरुण स्त्रियांनाही आणल होतं.

''तू खूपच अशक्त आहेस. वय काय तुझं? नऊ की दहा?'' त्या म्हणाल्या.

माझं वय मलाच माहीत नव्हतं. म्हणून मी नुसतेच खांदे उडवले.

''बरं... बरं, बघू या तरी, या कोळशाखाली आमच्यासाठी काय आहे ते?'' आम्ही परत जिना उतरून खाली गेलो. तिथं एक सिमेंटचं लहानसं अंगण होतं आणि पाण्याचा नळही होता.

''तिचे सगळे कपडे जाळा,'' श्रीमती मुखर्जींनी त्या तरुण स्त्रियांना फर्मावलं.

''मला कपडे धुता येतात. मी माझे कपडे धुते,'' मी म्हटलं.

''काही नको, जाळून टाका ते सगळे कपडे.'' त्या पुन्हा म्हणाल्या.

त्या स्त्रियांनी माझे कपडे काढले.

श्रीमती मुखर्जींबरोबरच्या त्या बायकांनी पहिल्यांदा माझ्यावर केवळ पाणीच ओतलं. पाणी गार असलं तरी अंगावर ओतल्यावर मला छान वाटत होतं. माझ्या पायापासून काळ्या पाण्याचे ओघळ वाहू लागले.

''मला वाटतं हे संपायला बराच वेळ लागेल, मी तेवढ्यात आणखी

एक कप चहा घेऊन येते,'' श्रीमती मुखर्जी म्हणाल्या.

आणि आपलं काम दुसऱ्यावर सोपवून त्या निघूनही गेल्या.

आता माझ्या अंगावरचा मातीचा थर निघून गेला होता. म्हणून त्यांनी मला साबण अन् ब्रशनं घासायला सुरुवात केली.

मी यापूर्वीही अंगाला साबण लावून अंघोळ केली होती. मला अंघोळीसाठी नेहमीच साबण मिळायचा असं काही नाही. कारण साबण म्हणजे काही अन्न नव्हे. आमच्याकडे पैसे असले की, पहिल्यांदा धान्यच विकत घेतले जायचे. कुटुंबातल्या सगळ्यांनी साबण वापरला की, मगच तो उरलेला साबण माझ्या वाटणीला यायचा आणि तोपर्यंत तो बराचसा संपून बारीक अन् काळाही झालेला असायचा.

पण हा साबण वेगळा होता, कागदात गुंडाळलेला होता. तो वरचा कागद काढल्यावर एक प्रकारचा सुगंध हवेत दरवळू लागला. आणि मला तर मसाल्याचाच वास घेतल्याचा भास झाला. त्याचा फेस पांढरा तर होताच; पण शेळीच्या दुधासारखा फेसाळही होता.

त्या साबणामुळे मला वाटलं की, मी एखाद्या सिनेमातली हिरॉइनच आहे.

त्यांनी बाटलीतून आणखी एक साबण ओतून घेतला आणि त्या साबणानं माझे केस धुतले. या साबणाचा फेस इतका दाट होता की, माझ्या डोक्यावरचे सगळे केस ताठ उभे राहिले. अगदी कोळशाच्या टोपलीसारखे. त्या बायकांनी मला माझ्या हातांनी केस धुऊ दिले. मी हसत होते आणि त्याही हसत होत्या.

मला त्यांनी स्टुलावर बसायला सांगितलं. त्यातल्या एकीनं माझे केस कंगव्यानं विंचरले आणि त्याची लांबसडक वेणी घातली. दुसऱ्या बाईनं एका लहान ब्रशनं माझी नखं स्वच्छ करायला सुरुवात केली.

माझ्या पायाची नखं स्वच्छ करताना तर तिला धाप लागत होती आणि ती सारखी दमून जात होती, विश्रांतीसाठी मधे-मधे थोडा वेळ थांबतही होती.

''अरे हे काय, हिला जखमा झाल्यात आणि पायांना सगळीकडे फोड येऊन व्रणही पडले आहेत.''

''ते व्रण चांगले आहेत. ते मला अजिबात दुखत नाहीत,'' मी म्हटलं.

''अगं बघ, या मुलीला जखमा झाल्यात. भाजल्यानं होणाऱ्या

जखमा.''

दुसऱ्या बाईनं बघितलं. मी माझे पाय स्टुलाखाली दुमडून लपवत होते. पण त्यांनी माझा घोटाच पकडला होता.

आणि नेमक्या त्याच वेळेस श्रीमती मुखर्जी तिथं टपकल्या.

''आता कोळसा निघून गेल्यावर तिच्यावर काही शिल्लक उरलंय का?''

''अहो ती खूपच अशक्त आहे. पण तिचा चेहरा गोड आहे. त्यामुळे ती गिऱ्हाइकांना आवडेल. परंतु तिच्या पायाला जखमा झाल्यात.''

श्रीमती मुखर्जींनी माझ्या जखमा पाहिल्या.

''हे काय करून घेतलंस आणखीन तू?'' त्यांनी मला विचारलं.

''झरियात एकदा आग लागली होती. पण त्यामुळे काय झालं?''

''अरे बापरे, अशा जखमा अन् भेगा पडूनही तू रडत नाहीस म्हणजे तू खरोखरच खूप सहनशील आहेस.''

तिनं मला सहनशील म्हटलेलं मला आवडलं; पण मग माझ्या लक्षात आलं की, तिला खोटारडी माणसं आवडत नाहीत.

''मी सहनशील नाही. मला ना, या जखमा अजिबात जाणवत नाहीत,'' मी त्यांना म्हटलं.

''तुला अजिबातच जाणवत नाहीत?'' तिनं माझ्या भोवती फिरून माझ्या त्वचेचं निरीक्षण करत म्हटलं. तिनं माझ्या पाठीवरची त्वचा थोडीशी उचलूनही बघितली.

आता तिच्याभोवती तिच्या सहकारीही गोळा झाल्या होत्या. ''हे बघा, इथं हिच्या त्वचेवर पांढरे चट्टे आहेत. आणि इथंही,'' माझ्या खांद्यावरचा दुसरा एक चट्टा तिला दिसला होता. ''आणि इथंही,'' माझ्या मांड्यांवरचे आणि पोटावरचे चट्टे त्या एकमेकींना दाखवत होत्या. ''तुला याचा अर्थ माहितीये का?''

''याचा अर्थ असा आहे की, मी गोरी होत आहे. आणि थोड्याच दिवसांत मी कोणतंही क्रीम न लावता संपूर्णपणे गोरी होणार आहे,'' मी म्हटलं.

''पण हिला निवडताना, गिऱ्हाइकांना हिच्या अंगावरचे चट्टे कपड्यांमुळे दिसू शकणार नाहीत. ते कपड्यांनी झाकलेले असणार आणि खोलीत तर दिवा मंदच असतो. म्हणून मी म्हणते....''

"मूर्ख पोरींनो, तिला अगोदर हाकलून द्या," श्रीमती मुखर्जी किंचाळल्या.

"पण...."

श्रीमती मुखर्जी किंचाळतच राहिल्या.

"अगं ती शापित आहे. अस्वच्छही आहे. तिच्यापासून आधी लांब व्हा. लगेचच आत्ताच्या आत्ता! कुठं आहेत तिचे कपडे?"

"आम्ही ते जाळले. तुम्हीच तर सांगितलं होतंत ना आम्हाला जाळायला."

"मग दुसरे कपडे आणा तिच्यासाठी; पण तिला आधी बाहेर काढा."

तिच्या सहकारी धावपळ करू लागल्या.

श्रीमती मुखर्जींनी साबणानं स्वतःचं अंग चोळायला सुरुवात केली; परंतु कशाचा तरी संशय येऊन त्या एकाएकी अंग चोळायच्या थांबल्या.

"तुला स्वच्छ करताना त्यांनी हाच साबण वापरला होता का?"

मी मानेनंच होय म्हटलं.

त्या एकदम कर्कश्श किंचाळल्याच आणि त्यांनी तो साबण समोरच्या अंगणात फेकला. त्यांनी तो एवढ्या जोरात फेकला की, तो समोरच्या भिंतीवर आपटून परत उलटा त्यांच्याच तोंडावर आदळला.

त्यामुळे त्या अजून जोरात किंचाळायला लागल्या.

मी मात्र हसत होते.

त्यांना ते आवडलं नाही.

"अरे डेटॉल कुठंय? मी आता जंतुनाशकानंच अंघोळ करते.तू जा बाहेर. चालती हो. जा म्हणते ना! आणि ती माणसं परत इथं आली तर याद राख. अरे, मला कुणीतरी डेटॉल द्या ना '' त्या माझ्यावर खेकसत होत्या.

अंगणातून ती आत इमारतीत पळत गेली.

अंगणातून बाहेर पडायला कुठूनही जागा नव्हती आणि मला कपडे मिळाल्याशिवाय मी कशी बाहेर जाऊ शकणार होते?

मी तो साबण परत कागदात गुंडाळला आणि मुठीत लपवला. मी असं लपवताना कुणाच्या लक्षात येणार नाही याची मी काळजी घेतली. त्या बायका परत बाहेर आल्या. आता त्यांचा नाकापासूनचा चेहऱ्याचा खालचा अर्धा भाग स्कार्फनं झाकलेला होता. आणि त्यांचा श्वासोच्छ्वासही

त्यातूनच चाललेला होता. त्यांनी थोडे कपडे माझ्याकडे फेकले आणि त्या माझ्यापासून लांब जाऊन उभ्या राहिल्या. मी अंगात त्यांनी दिलेला सलवार कुर्ता घातला.

"माझं काय चुकलं?" मी विचारलं.

"तू आत्ताच्या आत्ता बाहेर निघून जा. तू इथून गेली नाहीस, तर आमची काही धडगत नाही. त्या आमच्यावर चांगल्याच चिडतील आणि आम्हाला धंद्यावरून काढूनही टाकतील."

माझ्या हातात दोन वेळा कागदात गुंडाळलेला साबण होता. त्यांनी माझ्या केसांना लावलेली पातळ साबणाची बाटलीही मी उचलून घेतली. त्या मला ती बाटली तिथंच ठेवायला सांगतात की काय याची मी थोडा वेळ वाट बघितली.

पण त्या काहीच बोलल्या नाहीत. उलट त्यांनी मला बाहेर पडायचा रस्ता दाखवला. क्षणार्धात मी परत गल्लीच्या रस्त्यावर आले. मी मागं वळून त्या हिरव्या दरवाज्याकडं बघितलं.

"याद राख, पुन्हा इथं पाऊल टाकलंस तर, पोलिसांनाच कळवेन. आणि त्यांना तुला ठार मारायला सांगेन. नाहीतर मीच तुझा जीव घेईन." श्रीमती मुखर्जी खिडकीतून माझ्याकडे बघत किंचाळत होत्या.

"मी काय केलंय?"

"अगं, शापित आहेस तू. आता जा इथून. पुन्हा तुझं तोंड दाखवू नकोस आम्हाला."

मी निघाले.

गल्लीतली रहदारी ओलांडत मी रस्त्यावरून निघाले होते. कारच्या हॉर्नचा आवाज सायकलींच्या घंटांचा आवाज, आणि मी रस्त्यातून बाजूला व्हावं म्हणून लोक माझ्यावर किंचाळत असल्याचा आवाज ऐकतच मी चालले होते. माझ्या सभोवती काही ना काही घडत आहे, हे मला समजत होतं. लोक ये-जा करत होते, मला ढकलत होते. हातगाड्या अन् जनावरांमुळे तर रस्ता फारच अडला होता.

पण मी खाली मान करूनच चालत होते. इकडे-तिकडे बघायचंही मला धाडस होत नव्हतं. इतका मोठा धक्का मला बसला होता.

आत्ता नुकत्याच माझ्याबाबतीत घडलेल्या घटनेचा अर्थ मला कळत नव्हता – ती माझ्यावर इतकी का चिडली होती? तसं बघितलं

तर माझी त्वचा ही फक्त माझीच आहे. तिचा मी करू शकणाऱ्या कष्टांच्या कामाशी अगर माझ्या खरं बोलण्याशी काय संबंध?

थोड्याच कालावधीत कितीतरी घटना घडल्या होत्या, नाही का? मी तर अगदी अनोळख्या ठिकाणी पोहोचले होते. इथं मला कुणी ओळखत नव्हतं की, मी कुणाला ओळखत नव्हते.

काय करावं काहीच सुचेना.

माझं कुटुंब नसलेल्या कुटुंबाची मला आता आठवण यायला लागली. मला कोळशांचीही आठवण यायला लागली.

झरियामध्ये असताना मी काय करत्येय हे तरी निदान मला माहीत असायचं.

तिथं मला जाण्यासाठी निदान एखादी तरी जागा होती. पण इथं काय होतं?

मी एका गल्लीतून दुसऱ्या गल्लीत निरर्थक भटकत राहिले. शेवटी कंटाळून एका दवाखान्याच्या पायरीवर बसले. साबण जमिनीवर ठेवला आणि हातांनी डोकं गच्च पकडलं.

डोळे बंद केले आणि प्रार्थना केली की हे देवा, मी माझे डोळे उघडल्यावर मी पुन्हा एकदा मला माहीत असणाऱ्या जगात असावं. मला त्या जगाचा अत्यंत तिटकारा वाटत होता, पण कितीही केलं तरी ते माझ्या ओळखीचं जग होतं. त्याच्या आठवणीनं मला खूप रडायला आलं.

माझ्या आवतीभोवती जिवंतपणाचा वावर जाणवत होता. माणसांचा, मोटारींचा, सायकलींच्या घंटाचा, गाड्यांच्या चाकांचा आवाज मला ऐकायला येत होता. पण त्यांचा कुणाचा तरी माझ्याशी काहीतरी संबंध होता का? मी जणू त्यांना दिसतच नव्हते. मी झरियातही कुणीच नव्हते आणि आत्ता या अनोळख्या ठिकाणीही, मला या ठिकाणचं नावही माहीत नाही, मी कुणीच नाही.

"जेव्हा मी स्वतःवरच हसतो तेव्हा माझ्या दुःखाचं ओझं हलकं होतं."

कुणीतरी माझ्याजवळ येऊन हे गाणं म्हणत होतं. मला कळलं की, नक्कीच ती व्यक्ती माझ्याशी बोलत नव्हती. माझ्याशी कोण कशाला बोलेल? मी तर शापित आहे ना?

मी माझं डोकं तसंच खाली राहू दिलं. ते वर उचललंच नाही.

"कविता आवडत नाहीत वाटतं?"

आता मात्र मी डोकं वर केलं. लांबलचक पांढरी दाढी असलेला एक वयस्कर माणूस समोर उभा होता. तो अशक्त होता आणि त्यानं अंगात फाटका टी-शर्ट घातला होता. त्यानं लाल-निळ्या रंगाची लुंगीही नेसली होती. त्याच्या सोबत असलेल्या शेळीच्या गळ्यातली दोरी त्यानं आपल्या हातात धरली होती.

माझं डोकं वर झालेलं पाहून ती शेळी मला 'हॅलो' म्हणण्यासाठी पुढे आली.

झरियातल्या शेळ्यांनी मला कधीच 'हॅलो, म्हटलेलं नव्हतं. त्या नेहमीच त्यांचं अन्न शोधण्यात खूप गर्क असायच्या. पण ही शेळी मात्र मला शुभेच्छा देण्यासाठी सरळ माझ्याकडेच आली.

तिनं आपल्या डोक्यानं माझ्या हाताला टक्कर दिली. तिचं नाक मऊ होतं, चेहरा हसरा होता आणि डोळे दयाळू वाटत होते. तो वयस्कर माणूस हसला.

"बघितलंस? आनंदी राहण्यासाठी बऱ्याच गोष्टी असतात."

शेळीनं मला तिचं डोकं थोडा वेळ खाजवू दिलं. पण मी थांबवल्यावर मात्र मी पुन्हा खाजवावं म्हणून माझ्या हाताला टक्कर द्यायला सुरुवात केली.

"कविता म्हणजे काय?" मी विचारलं. आम्ही दोघं दारातच शेजारी-शेजारी बसलो. तिथं बसायला भरपूर जागा होती. त्यानं एक क्षणभर विचार केला.

"कविता म्हणजे जीवन. आपण कोण आहोत, आपण कुठं असायला हवं, आपण कुठं जात आहोत, हे सगळं आपल्याला कविता सांगते. एवढंच नाहीतर कविता म्हणजे आणखीही खूप काही आहे, आपण काय असू शकतो हेही ती आपल्याला सांगते." त्यानं म्हटलं.

"मला तर पूर्वीपासूनच माहिती आहे की, मी कोण आहे. मी तर कुणीही नाही आणि मी कुठूनही आलेली नाही. माझ्याजवळ काहीही नाही आणि मी कधीच कुणी असणार नाही," मी म्हटलं.

"अगं, तुझ्याकडे साबण आहे आणि तोही दोन प्रकारचा," तो म्हणाला.

"या सबंध जगात एवढंच काय ते माझ्यापाशी आहे. इतरांना असतं तसं एखादं साधं कुटुंब देखील मला नाही," मी म्हटलं.

"अगं, असं काय म्हणतेस? तुझ्याकडे एक सुंदर हिरव्या रंगाचा कुर्ता आहे. तुझ्या पाठीवर मध्यभागी एक सुंदर लांबसडक वेणी आहे. आणि म्हणूनच ज्याच्याकडे कपडे नाहीत अगर ज्याच्या डोक्यावर केस नाहीत, अशा व्यक्तीच्या दृष्टीनं तू लक्षाधीश आहेस, लक्षाधीश," तो म्हणाला.

"पण ज्यांनी मला हा कुर्ता दिला, माझी वेणी घातली त्यांनीच तर मला घराबाहेर काढलं. का? तर मी जशी दिसते ना, तशी मी त्यांना आवडत नाही म्हणून."

"तुझ्याकडे जीभ आहे? त्या जीभेनं तुला शब्द उच्चारता येतात? तुला दोन हात, दोन पाय अन् दोन डोळेही आहेत? मग झालं तर. अगं त्यामुळेच तर तू माझ्या या लाडक्या शेळीपेक्षा सुंदर दिसतेस. लक्षात ठेव, जे मुके आहेत, लंगडे आहेत अगर आंधळे आहेत किंवा जे स्पर्श करू शकत नाहीत अशा व्यक्तींच्या दृष्टीने...."

"मी लक्षाधीश आहे," मी त्याचं वाक्य पूर्ण केलं. "पण मी काय करू मला काहीच समजत नाहीये. मला आत्तापर्यंत जे माझं घर वाटत होतं, तिथून मी पळून आले. मला आता राहण्यासाठी घर नाही, माझी काळजी घेणारी माणसं मला नाहीत. मला तर हे देखील माहीत नाही की मी आता कुठे आहे."

"तू खरोखर नशीबवान आहेस. कारण तू एक धाडसी प्रवास करते आहेस," तो म्हणाला.

"नाही. मी तर एक चट्टा पडलेली मुलगी आहे."

"अगं, जर तुझ्या अंगावर चट्टे नसते, तर तू एक सामान्य माणूसच राहिली असतीस."

हे वाक्य मात्र माझ्या मनाला चांगलंच स्पर्शून गेलं. सामान्य माणसाचं जीवन कसं असतं, ते मला चांगलंच माहीत होतं. मला परत त्या जीवनाकडे फिरकायचं देखील नव्हतं.

मी माझ्या जीवनाचं चित्र रेखाटू लागले. माझ्या हातात दोन साबण होते अन् पायरीवर बसून मी शेळीला थोपटत-थोपटत माझ्या जीवनाचं चित्र रेखाटत होते. ते चित्र खूपच मजेदार आणि सुंदर होतं. मी हसायला लागले, तो वयस्कर माणूसही माझ्याबरोबर हसायला लागला.

"मी तुझ्याबरोबर राहिलं तर चालेल?" तो दयाळू वाटत होता म्हणून मी विचारलं.

“अर्थातच. या एकाच आकाशाखाली, या एकाच जमिनीवर आणि या एकाच वातावरणात माझं आणि मार्गारिटसारखंच तुझंही स्वागतच आहे. हे सगळं तुझंच आहे. तुला पाहिजे तितकं तू यातलं घेऊ शकतेस,” तो म्हणाला.

याचाच अर्थ तो एका ठिकाणी राहत नव्हता.

“तू तुझ्या शेळीला मार्गारिट म्हणून का हाक मारतोस? ते काही भारतीय नाव नाही.” मी म्हटलं.

“कारण ती जेव्हा आपलं डोकं जरा उजव्या दिशेला तिरकं करते, तेव्हा ती अगदी इंग्लंडच्या माजी पंतप्रधानांसारखी दिसते म्हणून,” असं म्हणून तो मोठमोठ्यानं हसायला लागला.

“आता आम्हाला निघायला हवं. आम्ही एका कचऱ्याच्या ढिगाकडे मोठ्या आशेनं निघालोय, बरं. आमच्या मार्गारिटकरता तिथं एक मोठी मेजवानी असणार आहे,” असं म्हणून तो जायला उठला.

“पण मग मी करू तरी काय?” मला पुन्हा रडायचं नव्हतं.

त्यानं माझ्याकडे एक क्षणभर बघितलं.

“तुझा साबण दुसऱ्यांना देऊन टाक.” तो म्हणाला.

“देऊन टाकू? माझा साबण मी दुसऱ्यांना देऊन टाकू? पण एवढी एकच तर माझ्या मालकीची असलेली वस्तू माझ्याकडे आहे. ” मी तसं म्हणाले खरी, पण ते खरं नव्हतं.

“तुझ्यापेक्षा या साबणाची ज्याला जास्त गरज आहे, त्याचा शोध घे.” एवढं सांगून तो आणि मार्गारिट निघाले.

पण मी त्यांच्या मागनं पळत जाऊन त्यांना हाका मारून थांबवलं. “थांबा, थांबा! पण मला, मी कुठं आहे तेच माहीत नाही.”

तो थांबला अन् मागे वळून म्हणाला. “तुला ती कविता आठवते का? रविंद्रनाथ टागोरांनी लिहिलेली – ” जेव्हा मी स्वत:वरच हसतो, तेव्हा माझ्या दु:खाचं ओझं हलकं होतं – त्यांचंचं हे शहर.

तो माझ्या जरा जवळ आला.

“लक्षात ठेव, तू इथं योगायोगानं आलेली नाहीस. हे शहर महान कलावंतांचं, विचारवंतांचं, लेखकांचं, द्रष्ट्या माणसांचं, गणितज्ञांचं आणि संशोधकांचं शहर आहे. या शहरातल्या लोकांनी अनेक अद्‌भुत आणि महान कार्ये केलेली आहेत. तू काय कार्य करायचं ठरवलंयस?

त्या सर्वांनी या शहरालाच आपलं घर मानलं. त्यांच्याप्रमाणे तूही या शहरालाच आपलं घर मान आणि त्यांच्याप्रमाणेच तूही काहीतरी महान कार्य कर.''

असं मला सांगून तो दूर निघून गेला.

मी त्याला परत मागून हाक मारली. ''पण या शहराचं नाव तरी काय?'' मला सांगा ना.

''अगं मुली, तू देवांच्या शहरात आहेस. तू कोलकात्यात आहेस.''

त्यानं शहराचं नाव सांगितल्या... सांगितल्या, आकाशात काळे ढग गोळा झाले आणि स्वर्गातून पावसाच्या धारा खाली जमिनीवर बरसू लागल्या.

पावसाळा सुरू झाला होता.

पावसापासून वाचण्यासाठी सभोवतालच्या सगळ्या लोकांची एकच धांदल उडाली होती.

मी मात्र पावसात भिजण्याची मजा लुटत होते. पाऊस माझ्या चेहऱ्यावरून खाली हातपायांवर पडत होता आणि माझ्या डोक्यावर तर जणू आशीर्वादासारखाच कोसळत होता.

मी हसत होते, आनंदानं हसत होते.

मला खरोखरच एखाद्या बंधनातून कायमचं मुक्त झाल्यासारखं वाटत होतं.

मी त्या वयस्कर माणसाच्या सल्ल्याप्रमाणे वागायचं ठरवलं.

तेवढ्यात मला रस्त्यावरच राहणारं एक कुटुंब दिसलं. त्या घरात वस्तू अस्ताव्यस्तपणे पसरल्या होत्या आणि वस्तू म्हणजे तरी काय होतं – काही कपडे, एक भांडं आणि दोन कप. त्या घरातले आईवडील दोघेही पावसात पूर्णपणे भिजले होते. पण त्यांची मुलं मात्र कोरडी ठणठणीत होती. त्या आईवडिलांनी स्वत: पावसात उभं राहून आपल्या पोराबाळांवर प्लॅस्टिकचं कापड धरलं होतं आणि ती लहान मुलं त्या कापडाखाली बसली होती.

मी त्यांच्याजवळ जाईपर्यंत पाऊस थांबला होता. तो जसा अचानकपणे आला होता, तसा अचानकपणे गेलाही होता. आता तर सूर्यही आकाशात दिसत होता. रस्ताही पूर्वीसारखा जिवंत झाला होता. फेरीवालेही आपली फळे, सुटी कुलपे, भांडी पुन्हा व्यवस्थितपणे लावण्यात गुंतले

होते. चांभारांनी पुन्हा आपल्या मोहरीच्या तेलातल्या वाती पेटवल्या आणि चपलांच्या टाचांची छिद्रं बुजवायला सुरुवात केली. रस्त्यावरची भटकी कुत्रीही आपल्या अंगावरचं पाणी झटकून, अन्नाच्या शोधात हुंगत फिरायला लागली आणि लोकांनी आपापल्या छत्र्या मिटवून परत रस्त्यावर गर्दी केली.

हातात साबण असला तरी शक्य तितक्या व्यवस्थितपणे हात जोडून मी त्यांना 'नमस्ते' म्हटलं.

त्या कुटुंबातल्या सगळ्यांनीही मला नमस्ते केलं. विशेष म्हणजे त्या कुटुंबातल्या सर्वांत लहान व्यक्तीनंही मला नमस्ते केलं. मी माझ्या हातातली साबणाची बाटली आणि कागदात गुंडाळलेला तो साबण त्यांनी घ्यावा म्हणून त्यांच्यासमोर धरला.

पण त्यांनी मानेनंच नकार दिला. त्यांना माझ्या कृतीचा अर्थ कळला नाही. पण नंतर ते काहीतरी वेगळ्याच भाषेत परस्परांशी बोलले. मला ती भाषा कळली नाही.

मी मात्र माझा हात तसाच धरून उभी होते. शेवटी त्यांनी तो साबण घेतला आणि आपल्या लहान मुलांना दाखवला. त्या मुलांनी साबणाचा वास घेतला आणि त्यांच्या चेहऱ्यावर आनंदी भाव तरळले.

मी त्यांना परत एकदा नमस्ते करून जायला निघाले. आज मला एक वेगळंच समाधान वाटत होतं. आज माझ्यामुळे एक कुटुंब आनंदी बनलं होतं. त्यांना त्यांच्या गरजेची एक तरी वस्तू माझ्याकडून मिळाली होती.

पण आता पुढे काय? मी विचारात पडले. तेवढ्यात मागून कुणीतरी माझा हात धरला.

ती त्या कुटुंबातलीच स्त्री होती. तिनं मला परत तिच्या घरात नेलं. संध्याकाळचं जेवण मी त्यांच्याबरोबर करावं, अशी त्या सगळ्यांची इच्छा होती. जेवण काही जास्त नव्हतं. थोडीशी डाळ अन् रोटी. त्या आईनं रोटीचे तुकडे केले अन् सगळ्यांना वाटले. आम्ही ते तुकडे डाळीच्या छोट्याशा वाटीत बुडवून खाऊ लागलो. जेवताना आम्ही एकमेकांशी बोललो नाही, पण जेवण झाल्यावर मात्र त्या सर्वांनी त्यांच्या गावाकडची गाणी म्हटली. मीही दुकानदाराच्या टीव्हीवर बघितलेलं सिनेमातलं गाणं म्हटलं.

रात्री त्यांनी त्यांच्या छोट्याशा फुटपाथवर मला झोपण्यासाठी जागा केली.

मी दोन लहान मुलांच्या मध्ये झोपले. मधेच रात्री त्यांपैकी एक रांगणारं बाळ माझ्या पाठीवर चढलं. तसं बघितलं तर मी आनंदात होते, कारण फुटपाथवर झोपण्यापेक्षा मऊ चटईवर मला झोपायला मिळालं होतं.

सकाळी मात्र मी त्या सर्वांचा निरोप घेतला.

खरंच, आपल्या मालकीचं या जगात काहीही नाही. आपल्या आयुष्याच्या शेवटी तर, आपण या आपल्या शरीराचाही त्याग करतो. तसं बघितलं तर फक्त विचार तेवढे आपले असतात. बाकी सगळं काही कुणा ना कुणाकडून उसनं घेतल्यासारखंच असतं. थोड्या काळापुरतं ते आपलं असतं, आपण ते वापरतो आणि नंतर ते पुन्हा दुसऱ्याच्या हवाली करून निघून जातो.

हे असं सगळ्याच बाबतीत घडतं.

जगाच्या दुसऱ्या टोकाला राहणाऱ्या लोकांकडून आपण नाही का सूर्य उसना घेत? आणि त्याचा प्रकाश आज वापरत? त्या बदल्यात तेही आपल्याकडून चंद्र उसना घेतातच की! नंतर आपण परत त्यांना त्यांचा सूर्य देऊन टाकतो आणि ते आपला चंद्र आपल्याला परत देतात. आपल्याला अंधाराची कितीही भीती वाटत असली तरी, आपण काय त्यांचा सूर्य नेहमीच आपल्याकडे ठेवून घेऊ शकतो का? नाही.

म्हणजेच सगळं काही उसनंच घेतलेलं असतं.

एकदा मला हे सगळं तत्त्वज्ञान समजल्यावर माझं कसं होणार, ही जी चिंता सारखी सतावायची, ती कायमची नाहीशी झाली.

मला आता कशाचीच गरज वाटेनाशी झाली. कारण आता इतरांकडून उसनं घेतलं की, माझं काम भागणार होतं.

अरे वा! हे तर मग खूपच सोप्पं झालं की!

आता माझं एकच काम – गरजेच्या गोष्टी इतरांकडनं उसन्या घ्यायच्या आणि गरज भागली की, ज्यांना त्या गोष्टीची माझ्यापेक्षा जास्त गरज आहे, अशा लोकांना देऊन टाकायच्या.

आणि ही युक्ती यशस्वी झाली. असेच दिवसांमागून दिवस जात होते, आठवड्यांमागून आठवडे आणि महिन्यांमागून महिनेही जात होते. मी चांगली खात-पीत होते, झोपत होते आणि जगतही होते.

मृत इंग्रज व्यक्ती

कुणीतरी सांताक्लॉजला मारत होतं.

चायनीज रेस्टॉरंटच्या खालून एक रस्ता जात होता आणि त्या रस्त्यावर मी झोपी जायचा प्रयत्न करत होते. पण कसचं काय? तिथं नेहमीच एका सांताचा पुतळा उभा असायचा. पण त्या दिवशी मात्र फुटपाथवर मोठमोठ्याने मारल्याचा आवाज येत होता आणि त्या आवाजानंच माझी सारखी झोपमोड होत होती.

दोन तरुण त्या पुतळ्याला गमतीनं फुटबॉलला मारतात तसे धक्के मारत होते. अधूनमधून ते मोठमोठ्यानं इंग्रजीही बोलत होते. मला दिसत होतं की, त्यांच्या बुटाच्या तडाख्याने सांताची पांढरी दाढी अन् लाल टोपी खाली पडली होती.

ऊब लागावी म्हणून एक मांजर माझ्याशेजारी झोपलं होतं. ते ही या आवाजानं दचकलं आणि उडी मारायच्या पवित्र्यात उभं राहिलं. त्यानं माझ्यासोबत थोडा वेळ आणखी थांबावं म्हणून मी त्याला गोंजारलं; पण ते त्या आवाजानं इतकं घाबरलं होतं की, अंधारात कुठंतरी पळून गेलं.

रात्री उशिरा हे रेस्टॉरंट बंद व्हायचं आणि पर्यटक त्यांच्या त्यांच्या हॉटेल्सकडे परतायचे. मग हा पार्क रस्ता शांतच असायचा. सांताला मारणारी ही माणसंही बहुधा पर्यटकच असावीत. ती रस्त्यावरची माणसं तर अजिबातच वाटत नव्हती. कारण रस्त्यावरची माणसं मोठमोठ्यानं आवाज करून इतरांची झोपमोड करण्याइतपत अजिबात उद्धट नसतात. ही माणसं आपली ही गंमत लागलीच संपवतील असं मला वाटलं होतं.

पण नाही. रात्री इकडे-तिकडे भटकण्यापेक्षा एका जागी थांबणंच चांगलं असतं. त्यामुळे आपण अंधारात कशालातरी अगर कुणालातरी धडकत नाही.

आता पोलिसांच्या सायरनचा आवाज ऐकायला यायला लागला. तो जवळूनच येत होता. आता तर मी इकडे-तिकडे अजिबात भटकायचंय नाही असं ठरवलं.

पोलीस काही मला नेहमी-नेहमी त्रास देत नसायचे. तसं बघितलं तर कोलकात्यात येऊन मला थोडेच महिने झाले होते. आणि गायब कसं व्हायचं, तेही मला आता चांगलंच कळलेलं होतं. बरीच माणसं मला बघू शकत नव्हती. अगदी मी त्या पर्यटकांच्यासमोर जाऊन उभी राहिले आणि त्यांच्याकडे खायला मागितलं अगर पैसे मागितले तरीही ते मला बघू शकत नव्हते. पोलिसांच्या ससेमिऱ्याची मला काळजी नव्हती. पण माझ्यापुढची मुख्य अडचण होती, ती म्हणजे फुटपाथवर झोपणारी माणसं. ती जर आवाजानं जागी झाली, तर माझी काही धडगत नव्हती. आणि ती तर जागी होतच होती.

डिसेंबर महिन्यात कोलकात्यात रात्री खूपच थंडी पडते. ही माणसं जागी झाल्यावर त्यांना माझ्याकडची उबदार रजई दिसणार की काय अशीच मला भीती वाटत होती. कारण ही रजई मी मेट्रोपॉल हॉटेलच्या उघड्या कपाटातून 'उसनी' घेतली होती. त्या हॉटेलमध्ये बऱ्याच उबदार रजया होत्या. कधी मी तिथून त्या उसन्या आणायची तर कधी लाँड्रीरूममधून. तिथला माणूस रजयांची घडी करून कपाटात ठेवायच्या अगोदरच मी त्या रजया 'उसन्या' आणायची.

मी लाल जाकीट आणि टोपी घातली होती. त्यामुळे माझं डोकं उबदार राहत होतं. त्या टोपीच्या मालकाचं माझ्याकडे लक्ष नाही, हे पाहून मी बाजारातल्या जुन्या कपड्यांच्या ढिगाऱ्यातून हे 'उसनं' घेतलं होतं. यामुळे मला आत्ता उबदार तर वाटत होतंच, पण कायमच मी असं राहावं असंही वाटत होतं.

सकाळी ती रजई दुसऱ्या कुणालातरी देऊन टाकायची असं मी ठरवलं; पण अजून बरीच रात्र शिल्लक होती. ती दुसऱ्या कुणाला तरी देण्याअगोदर मला ती मनमुराद पांघरायची होती. माझं पूर्ण समाधान व्हायला हवं असं मला वाटत होतं.

मी उठून त्या दुकानापासून लांब गेले. त्या दुकानात परदेशी

पर्यटक कॉम्प्युटरवर बसायला आणि थंडगार हवेत पाय मोकळे करायला यायचे. दिवसा तिथे पैसे मागणाऱ्यांसाठी पैशांची कमाई चांगली व्हायची. डोळे आणि कान उघडे ठेवले की, बऱ्याच गोष्टी आपण शिकू शकतो. उदाहरणार्थ, रेडिओवरची गाणी जशीची तशी म्हणणे, लोकांकडे पैसे मागण्यापूर्वी मी जर त्यांना नाचून किंवा गाऊन दाखवलं, तर ते मला खुशीनं जरा जादा पैसे द्यायचे किंवा एखादी कविता जरी म्हटली तरी त्यांच्या खिशातून जादा पैसे सुटायचे. कोलकात्यात बरीच पुस्तकं आहेत. बरीच. त्यातली काही फाटलेली आणि काही फेकून दिलेली आहेत. मी माझे डोळे उघडे ठेवले म्हणूनच मला कवितांच्या पुस्तकांचा गठ्ठा दिसला. त्यातल्या कविता अगदी सोप्या होत्या. मला त्या वाचायला आणि पाठ करण्यासाठीही बऱ्या वाटल्या.

मी सोप्या-सोप्या कविता पाठ केल्या. बऱ्याच कविता पाठ करायची काहीही गरज नव्हती. कारण माझ्यासारख्या मुलीकडून कुणाची जास्त अपेक्षा असणार आहे? मी नुसती कवितेची एक ओळ म्हटली, "आहा! मी इंग्लंडमध्ये आहे म्हणजे माझ्यासाठी वसंतच फुलला आहे," तरी त्यांना वाटे की, मी एक हुशार मुलगी आहे.

मी इतर भाषाही थोड्या-थोड्या बोलायला शिकले. जर्मन भाषेत 'गुटेन टॅग' म्हणजे शुभ दिवस आणि जपानी भाषेत 'सायोनारा' म्हणजे एकमेकांचा निरोप घेणे. हे मी त्या पर्यटकांपुढे म्हणून दाखवायची.

खरंच, पर्यटकांना खूश करणं किती सोपं असतं, नाही का?

"कोलकात्यात तुमचं स्वागत आहे. कृपया मला पैसे द्या म्हणजे मी परत शाळेत जाऊ शकेन." मी हे वाक्य पर्यटकांना म्हटलं की, खरोखरच ते मला लगेचच पैसे द्यायचे.

बरेच पर्यटक मला केवळ, मी शाळेत जावं म्हणून पैसे द्यायचे; पण मी ते पैसे खाण्यापिण्यावर खर्च करायची.

तसं बघितलं तर मी एकदा शाळेत जायचा प्रयत्न करून बघितला होता. तसं मी इतरही अनेक प्रयत्न करून बघितले होते.

शाळेच्या विद्यार्थिनी रिक्षातून शाळेत आल्यावर मी त्यांचा पाठलाग करायची आणि सुरक्षा रक्षकाला चुकवून खेळाच्या मैदानावरही जायची. त्या मुली तिथं दोरी अन् चेंडू घेऊन खेळायला यायच्या. त्यांचे गणवेश निळ्या-पांढऱ्या, लाल-पांढऱ्या किंवा हिरव्या-पांढऱ्या रंगाचे असायचे.

पहिल्या वेळेस तर सुरक्षारक्षकाने मला फाटकापाशीच अडवलं होतं. दुसऱ्या वेळेस मात्र तो सुरक्षारक्षक कामात होता म्हणून मी त्याला चुकवून एका घोळक्याबरोबर आत जाऊ शकले. मी कशीबशी क्रिडांगणावर पोहोचले होते, तोपर्यंत एका शिक्षकाचं लक्ष माझ्याकडे गेलं आणि त्यानं मला बाहेर हाकललं.

तिसऱ्या वेळेस मी फाटकातून आत शिरले आणि मैदान ओलांडून थेट एका रिकाम्या वर्गातच पोहोचले.

तो वर्ग छान होता. स्वच्छ, रंगवलेला आणि भरपूर प्रकाश असलेला. सबंध भिंतीवर फळा होता. तिथं छोट्या टेबल खुर्च्यांची रांगही होती. मी त्यांपैकीच एका खुर्चीवर बसले. जणू काही ती माझीच खुर्ची आहे; अशा थाटात. आणि गायब व्हायचा प्रयत्न करू लागले.

पण ते टेबल जिचं होतं, त्या मुलीसाठी मात्र मी गायब नव्हते. तिला मी दिसलेच. ती वर्गात आल्याबरोबर जोरात किंचाळलीच आणि पाय जमिनीवर आपटू लागली. तिच्या म्हणण्यानुसार माझ्या अंगाचा वास येत होता. सुरक्षारक्षक मला ओढून बाहेर न्यायला आला, तेव्हा तर ती रडायलाच लागली आणि म्हणाली की, आता तिची खुर्ची घाण झालीय आणि ती आता त्यावर कशी बसू शकेल?

पण मी पर्यटकांना यातलं काहीच सांगितलं नाही. ते खूपच गडबडीत होते, मला एक रुपया देतानाही ते क्वचितच त्यांचं बोलणं थांबवत. त्यांच्याकडे अशा रटाळवाण्या गोष्टीसाठी वेळ नसायचा.

दिवसा ते कॉम्प्युटरचं दुकान तसं चांगलं ठिकाण होतं; पण रात्री नाही.

मी खांद्याभोवती चादर लपेटून, सायरनच्या आवाजापासून लांब जाण्यासाठी पटकन एका दुकानाच्या भिंतीचा आसरा घेतला. जमिनीवर लोळून ती चादर घाण होऊ नये म्हणून मी तिला वरचेवर धरली होती. दुसऱ्यांना ती चादर देताना ती चांगल्या अवस्थेत असायला हवी ना, म्हणून.

रस्त्यावर बरेच पोलीस गोळा झाले होते. टॉर्चचा प्रकाशझोत पाडत ते वेगानं माझ्याजवळून गेले. माझ्या पाठीमागून मला पोलिसांचा अन् पर्यटकांचा ओरडण्याचा आवाज येत होता. खरं तर मला अशा आरडाओरड्याचा त्रास होतो. प्रत्येकानं जरा शांत राहयला शिकलं तर

किती बरं होईल नाही?

मला एखाद्या शांत, अंधाऱ्या ठिकाणी जावंसं वाटत होतं, जिथे घाणेरडा वास अजिबात येणार नाही. म्हणून मी रस्त्याच्या जराशी बाजूला गेले.

अशी एक जागा मला माहीत होती – पार्क स्ट्रीटवरची स्मशानभूमी. हे अगदी या दृष्टीनं योग्य ठिकाण होतं. पण मी तिथं कशी जाणार? कारण तिथे नेहमी पहारा असतो. बऱ्याच इंग्रज माणसांना तिथं पुरलेलं होतं आणि ती प्रेतं कुणालाही आपल्या थडग्यावर झोपू देत नाहीत, हे मला माहीत होतं.

पण ती जागा जवळच होती. जर मला तिथपर्यंत जाता आलं नाहीतर लोअर सर्क्युलर रोडवरची स्मशानभूमी होतीच. रस्त्याच्या कडेला आणि जर तिथेही मला जाता आलं नाही, तर आपलं सिल्डा रेल्वे स्टेशन आहेच. काळजी कशाला?

आत्तापर्यंत कोलकात्यातली सगळी चांगली ठिकाणं माझ्या चांगल्या ओळखीची झाली होती. पावसाळ्यात तर रस्त्यावर देखील पाणी आलं होतं. तरी मी कोलकात्यात राहत होते. आणि आता इथल्या हिवाळ्यातही कडक थंडी असूनही मी जगत होते. आता झरिया खूपच मागे पडलं होतं आणि माझ्या भूतकाळात जाऊन जमा झालं होतं.

स्मशानभूमीतला पहारेकरी गाढ झोपेत होता.

फाटक बंद होतं. फाटकाच्या बाजूलाच एक छोटीशी खोली होती. त्या खोलीतल्या खुर्चीवर तो पहारेकरी बसला होता. पोलिसांच्या एवढ्या वर्दळीत आणि त्यांच्या आरडाओरड्यातही त्याला एवढी गाढ झोप कशी काय लागली असेल, याचंच मला आश्चर्य वाटत होतं. मग मी जरा कानोसा घेतला. त्याच्या तोंडाला देशी दारूचा वास येत होता. मागच्या गल्लीत बेकायदेशीरपणे गावठी दारू विकली जायची. मी त्याच्यापासून थोडी लांब सरकले. माझे काका नसलेल्या माणसानं मला दारूबद्दल सर्व माहिती दिली होती.

आता नक्कीच या पहारेकऱ्याचं सकाळी डोकं दुखणार. माझ्या काकांचंही रात्री दारू प्यायल्यावर सकाळी डोकं दुखायचं. मग ते चटईवर आपलं डोकं धरून झोपी जायचे आणि जर कुणी त्यांची झोपमोड केली, तर त्याला मारायचे देखील.मला कुणीही पाहत नाही,

याची खात्री पटल्यावर मी ती मेट्रोपॉल हॉटेलची चादर फाटकावर टाकली आणि त्याच्या सहायाने फाटकावर चढून आत प्रवेश मिळवला.

स्मशानभूमी शांत आणि अंधारी होती. त्याच्या भोवती असलेल्या उंच दगडी भिंतीमुळे पोलिसांचा आवाज तर येत नव्हताच; पण ते ज्यांना अटक करत होते त्या लोकांचाही आवाज येत नव्हता.

मी आता झोपण्यासाठी योग्य जागा शोधू लागले.

अगोदरच झोपी गेलेल्या व्यक्तींच्या अंगावरून चढत-चढत, त्यांना ओलांडत मी एका रस्त्यानं थोडी पुढे गेले. मला एका मोठ्या थडग्यामागे, मला पाहिजे होती तशी जागा सापडली. एवढं चालल्यामुळे माझ्या अंगात ऊब निर्माण झाली होती. म्हणून अंगातलं जाकीट काढून मी ते उशाला घेतलं. आणि चादर पांघरून त्या गवतावर चांगलीच ताणून दिली. अशारीतीनं ती संबंध रात्र मी मृत इंग्रजांच्या सहवासात झोपून घालवली.

सकाळी तो पहारेकरी आम्हा सगळ्यांना उठवायला आला, तेव्हा त्याचा मूड जरा खराबच होता. मला या सगळ्याचीच खूप मजा वाटत होती. मला माहीत होतं त्याचं डोकं दुखत असणार. मला लागलीच माझ्या काकांची आठवण आली. या पहारेकऱ्यालाही त्यांच्यासारख्याच वेदना होत असणार. आणि त्यात भर म्हणजे त्याच्या बॉसचाही मूड वाईटच होता. म्हणून त्याची सकाळ जरा जास्तच खराब झाली होती. त्याचा बॉस त्याच्यावर जाम चिडला होता आणि आता तो आमच्यावर चिडला होता.

माझं नशीब चांगलं म्हणूनच मी स्मशानभूमीत अगदी आतल्या बाजूला झोपले होते. त्याने मला बघायच्या आतच मी त्याचं ओरडणं ऐकून जागी झाले होते. मी उठून तडक दगडी भिंतीकडे पळाले. मी माझी मेट्रॉपोल हॉटेलची चादर कुंपणावर अडकवून फाडली. आणि तो चवताळलेला पहारेकरी मला पकडायच्या आतच त्या चादरीला धरून मी भिंतीवर चढले देखील.

पण एक चूक झाली. या गडबडीत मी माझं लाल जाकीट थडग्यावरच विसरले होते. मी मागं वळून बघितलं. भिंतीवरून ते जाकीट, हिरव्या गवतावर उमटलेल्या लाल फुलासारखं दिसत होतं.

खरं तर, मला प्रत्येक दिवसाची सुरुवात मजेत करायला आवडते.

त्यामुळे माझा दिवसभराचा मूड चांगला राहतो. मी भिंतीच्या दोन्ही बाजूंना माझे दोन्ही पाय टाकून त्या पहारेकऱ्याची वाट बघत बसले. माझ्या पायाला गंजलेली काटेरी तार लागली होती; पण मला काहीच दुखत नव्हतं.

मी भिंतीवर बसले होते, माझी चादर माझ्या बाजूला व्यवस्थितपणे ठेवली होती. आणि त्या पहारेकऱ्याला मी पाहत होते. तो थडग्यातल्या प्रत्येक झोपलेल्या माणसाकडे जात होता. या थडग्यातल्या माणसांना दिवसाची सुरुवात करण्यापेक्षा नेहमीच एक मिनिटभर जास्त झोपायला आवडत असावं.

पण मला नाही. मला नेहमीच दिवसाची सुरुवात मजेत करायला आवडते. म्हणूनच तर मी आज उंचावर आणि आडोशाला आहे आणि ते? ते सर्व जण खाली जमिनीवर, चिकट पापण्या बंद करून, पाठीवर पहारेकऱ्याच्या लांब काठीचा मार खात झोपलेत.

त्या पहारेकऱ्यानं सगळ्यांना बाहेर हाकललं. इकडे-तिकडे न्याहाळलं. त्याची छाती वरखाली होत होती. डोक्यातल्या वेदनेनं त्याचा चेहरा त्रस्त झाल्यासारखा वाटत होता.

"बघ, तू अजून कुणाला विसरला तर नाहीस ना? नक्की?" मी त्याला ओरडून विचारलं. मला हसायला आलं, कारण मी मघाशी म्हटल्याप्रमाणे मला प्रत्येक दिवसाची सुरुवात मजेत करायला आवडते.

पुरुषांना लहान मुलींनी त्यांना हसलेलं आवडत नाही. तो लगेच रागानं त्याची काठी हलवत आणि कुठल्यातरी खेडवळ भाषेत ओरडत माझ्याजवळ आलाच; पण मी त्याला घाबरत नव्हते. आता तो मला काय म्हणणार ते माहीत होतंच.

तो म्हणणार होता – "सकाळी-सकाळी मला का त्रास देतेस? आधीच मी खूप वैतागलोय. तू तर एक भटकी अन् घाणेरडी मुलगी दिसतेस. तुझी हिंमतच कशी झाली माझ्यासारख्या कष्टाळू माणसाची चेष्टा करायची? तुझ्याकडून चेष्टा करून घ्यायला आलोय होय मी इथं, माझं गाव सोडून? आता मला परत हसलीस तर याद राख. मारच देईन. मग बघू कशी हसतेस ते?"

तो रागानं इतका बेभान झाला होता की, त्याला मला नीट मारताही येत नव्हतं. त्याच्या काठीचा केवळ एक ओझरता स्पर्श मला झाला,

त्यामुळे मला काहीच लागलं नाही. म्हणून तर मला जास्तच हसायला यायला लागलं.

मी जसजशी जास्तच हसायला लागले तसा त्याला जास्तच खेद वाटायला लागला. मला वाटलं की, ही चेष्टा आता बास झाली. चेष्टेची पण एक मर्यादा असते. जर ती मर्यादा ओलांडली गेली तर ती चेष्टा, चेष्टा राहत नाही. तिचं रूपांतर नीचपणात होतं. आणि मला माझ्या दिवसाची सुरुवात अशा नीचपणानं कधीच करायची नव्हती.

मी त्या काटेरी कुंपणातून माझा पाय बाहेर काढला. तो फाटला होता; पण मी तशीच भिंतीवरून खाली एक पायावर उडी मारली.

उंच भिंतीवरून जर खाली जमिनीवर उडी मारायची असेल, तर पाय अजिबात जमिनीला टेकू द्यायचे नाहीत. जर पाय जमिनीला टेकले गेले, तर पायाच्या घोट्याला दुखापत होण्याची शक्यता असते. मी असं घडलेलं पाहिलंय. माणसं कार किंवा स्कूटरला धडकतानाही मी पाहिलंय. धडक झाल्यावर कधी-कधी ड्रायव्हर कारच्या बाहेर येऊन त्या धडकलेल्या माणसाची माफी मागतो आणि त्याला आपल्या कारमध्ये बसवतो. पण कधी-कधी मात्र तो ड्रायव्हर धडकल्यावर अजिबात थांबत नाही. तसाच पुढे निघून जातो. दुखापत झालेल्या माणसाला दवाखान्यात जाण्यासाठी रिक्षा करणं परवडत नसलं, तर त्यांच्या पायाचा घोटा किंवा जे काही मोडलं असेल ते तसंच राहतं आणि मग तेव्हापासून तो माणूस तो निकामी पाय आपल्यामागून घसरवत लंगडत चालतो. जणू काही त्याच्या चपलेला शेणाचा गोळाच चिकटला आहे.

म्हणूनच मी उडी मारताना माझं अंग एका बाजूला झुकवते. कारण कठीण जमिनीवर उडी मारली की, आपलं शरीर त्या जमिनीची कठिणता शोषून घेतं आणि ती कठीणता आपल्या सबंध शरीरभर पसरते. त्यामुळे आपण आपल्या पायावर व्यवस्थित तोल सांभाळू शकतो अन् अंग झटकून आरामात परत आपापल्या कामाला लागू शकतो. मी भिंतीवरून उडी मारून, कोलमडत एका फुटपाथला जाऊन धडकले.

त्या फुटपाथवर एक ज्योतिषी बसला होता. मी त्याच्याजवळ पोहोचले. त्याच्या पोपटाने मला बघून कर्कश आवाज केला आणि

उडायचा प्रयत्नही केला, पण त्याचे पंख कापलेले होते म्हणून त्याला उडता आले नाही. ज्योतिषांना खरं तर खूप पैसे मिळतात, पण त्यांना पोपट विकत घ्यायचा म्हटलं की, पोटात गोळा येतो. मला माहितीये की, पैसे फक्त एका हातातून दुसऱ्या हातात जातात. काय काम करतात हे ज्योतिषी? फक्त बसतात आणि बोलतात. पण गंमतच आहे! लोकही त्यांना तेवढ्यासाठी पैसे देतात.

मग हे काम मला का नाही जमणार? मला तर बसायलाही येतं आणि बोलायलाही. हे काम एक ना एक दिवस करायचंच, अशी मी मनाशी पक्की खूणगाठ बांधली.

मी दोन पायावर बसले आणि त्या पोपटाशी थोडा वेळ हळू आवाजात गप्पाही मारल्या. मग तो आपल्या पिंजऱ्यातल्या आडव्या दांडीवर पुन्हा जाऊन बसला. जणू काही त्याला पुढचं गिऱ्हाईक येण्याची वाट देखील बघायची नव्हती.

"तू खूपच काळजी घेतली पाहिजेस," ज्योतिषी मला म्हणाला.

"तुला माहिती हवं की, मी भिंतीवरून खाली उडी मारून इथपर्यंत आलीये."

"मला कसं माहिती असणार?"

"जर तू हुशार ज्योतिषी असशील तरच तुला ते कळेल."

"अगं, तसं नाही असत ते. थांब हं, तुला सांगतो सगळं. हे कळण्यासाठी तुझी जन्मतारीख, तुझी जन्मरास, तुझ्या ग्रहांची आकाशातली रचना हे सगळं मला माहिती असायला हवं." तो म्हणाला.

"असं होय, मला वाटलं तो पक्षी उगीचच कोणतीही चिठ्ठी उचलतो," मी म्हणाले.

मग त्यानं मला सगळं समजावून सांगितलं - हा पक्षी कसा अंतर्ज्ञानानं चिठ्ठी उचलतो, तो स्वत: ज्योतिषी भविष्य सांगताना विज्ञानाची कशी मदत घेतो आणि ते दोघेही मिळून अगदी अचूक भविष्य कसं सांगतात. सबंध कोलकात्यात असं अचूक भविष्य सांगणारा दुसरा कुणीही ज्योतिषी कसा नाही, या सगळ्याचं लांबलचक स्पष्टीकरण त्यानं मला मोठ्या उत्साहानं दिलं. मी त्यातलं बरंचसं ऐकून न ऐकल्यासारखं केलं. पण त्याचं बोलणं ऐकायला मला आवडत होतं.

तो पण अगदी रंगात येऊन सांगत होता. माझ्या पोटात अजून तरी

भुकेनं कावळे ओरडत नव्हते. म्हणून मी त्याचं बोलणं ऐकत होते. अधूनमधून तो मुख्य विषय सोडून दुसऱ्याच विषयांकडे वळला की, मी मधेच एखादा प्रश्न विचारून त्याला रूळावर आणायची. त्यामुळे तर त्याला जास्तच हुरूप यायचा. अशा पद्धतीनं आम्ही जवळ-जवळ एक तास गप्पा मारल्या. आमच्या दोघांचा तो वेळ अगदी मजेत गेला.

"तू मला माझं भविष्य का सांगत नाहीस?" मी त्याला सुचवलं, "सांग बरं, माझ्या आयुष्यात काय-काय घडेल?" म्हणजे मग मी परत तुझ्याकडे येऊन तुझं भविष्य खरं झालं की नाही, ते तुला सांगेन."

"अगं पैशाशिवाय मी भविष्य सांगत नाही. तुझ्याकडे पैसे आहेत का? नसतीलच. अगं हाच माझा पोटापाण्याचा धंदा आहे."

"हे बघ, तू सांगितलेलं भविष्य जर बरोबर आलं ना, तर मी सगळ्यांना तुझं नाव सांगेन. मी सदर रस्त्यावरच्या सगळ्या प्रवाश्यांना तुझं नाव सांगेन. काळजी करू नकोस मग ते सगळे जण तुझ्याचकडे भविष्य विचारायला येतील. मग तुला पैसाच पैसा मिळेल, पटतंय ना?" मी म्हटलं.

ज्योतिषानं आपली लांबलचक दाढी कुरवाळत यावर विचार केला. आणि म्हणाला, "ठीक आहे. पण थोडंसंच भविष्य सांगणार हं. आता मला सांग तुझा वाढदिवस कधी असतो?"

"मला माहीत नाही."

आता आली का पंचाईत. त्यानं एक दीर्घ श्वास सोडला आणि थोडीशी चुळबुळ सुरू केली. मग त्यानं आत्तापर्यंतच्या सवयीप्रमाणे प्रथम पोपटाला त्याच्या लहान दांडीवरून खाली उतरवलं. त्याच्या अंथरलेल्या चादरीवर बऱ्याच चिठ्ठ्या पडल्या होत्या. त्या पोपटानं त्यातल्या काही चिठ्ठ्यांवर चोच मारली. आणि एक चिठ्ठी चोचीत पकडली. मी त्यातली एक चिठ्ठी उचलणार तोच ज्योतिषानं माझ्या हातावर एक चापट मारली आणि ती चिठ्ठी त्यानं घेतली, त्यातलं लिखाण त्यानं काळजीपूर्वक वाचलं, त्याच्या कपाळावर आठ्या उमटल्या, त्यानं माझ्याकडे पाहिलं आणि परत त्याच्या कपाळावर आठ्या उमटल्या.

त्यामुळे माझा मानसिक ताण वाढला.

"मी सिनेमातली मोठी नटी होईन असं लिहिलंय का त्यात?" मी गमतीनं म्हटलं.

“अगं या पक्षाचं चुकलं. तो अजून झोपेतून नीट जागा झालेला दिसत नाही. या चिठ्ठीत लिहिलंय की तुला लवकरच बरेच मित्र भेटणार आहेत,” तो म्हणाला.

“मग यात पोपटाचं काय चुकलं? मला बरेच मित्र भेटू शकणार नाहीत, असं वाटतंय की काय तुला?”

“मला नाही वाटत की, तुला कुणी मित्र असतील कारण तू तर म्हणालीस की रात्री तू इंग्रजांच्या स्मशानभूमीत झोपली होतीस. म्हणून जर तुला मित्र असते तर त्यांनी तुला असं करू दिलं असतं का?” तो म्हणाला.

आपल्या या वाक्यावर तो जाम खूश झाला होता. मला यावर काय बोलायचं ते सुचेचना. आणि त्यात ते त्याचं हसणं तर मला अजिबात आवडलेलं नव्हतं. आणि जेव्हा मला नीचपणा जाणवतो, तेव्हा मला नीच कृत्य करायला आवडतं.

मी त्याच्या पोपटावरच धावून गेले आणि त्याच्या कानाजवळ जाऊन ‘क्का!’ असं जोरात ओरडले. या ओरडण्यानं तो इतका दचकला की, त्याची पिसं जवळजवळ गळालीच.

तो ज्योतिषी आपल्या पोपटाला सावरण्यासाठी जरासा पुढे झुकला. त्यामुळे त्याचा मोठा झगा जरासा बाजूला सरकला. आणि अगदी त्याच वेळेस माझं लक्ष त्याच्या पायांकडे गेलं.

त्याला पायाची बोटंच नव्हती आणि त्याचे पायही आतल्या बाजूनं एकमेकांच्या दिशेनं वळले होते, अगदी नख्यांसारखे.

म्हणजे तो देखील त्या राक्षसांपैकीच एक होता तर.

मी ताडकन उठलेच आणि सुसाट पळत सुटले.

मला माझी भीती घालवायची होती म्हणूनच मी जोरात पळत होते. माझे पायही जमिनीला टेकत नव्हते. ते जणू अधांतरीच धावत होते. त्यांना दगड टोचत नव्हते की काचांवर पाय पडल्यामुळे जखमा होत नव्हत्या की कुत्र्याचं अगर गाईचं शेण पायाला लागल्याची किळसही वाटत नव्हती. त्यांना खरंतर कशाचीच काहीच जाणीव होत नव्हती.

देवांशी संवाद

मला शक्य होईल तेवढी मी दूर पळत गेले. तो राक्षस आता खूपच मागे पडला होता. शेवटी जेव्हा मला पळणे अगदी अशक्यच झाले तेव्हा मी थांबले.

कोलकाता आता जागे झाले होते. मी आणखी दोन पावले पळाले असेन एवढ्यात भरपूर नारळ घेऊन जाणारी एक सायकल मला आडवी आली. त्यामुळे मला थांबावंच लागलं. मग परत मी थोडी पळाले, थोडी थांबले. रिक्षा दुरुस्त करणाऱ्या माणसांबरोबर आणि मुलांबरोबर थोड्या गप्पा मारल्या आणि परत पुढे निघाले. त्या लोकांनी आता आपलं दुकान लोअर सर्क्युलर रोडवर हलवलं होतं. मी गर्दीतून पुढे-पुढे सरकत होते. आता मी पुढच्या दुकानापर्यंत पोहोचले. पळता-पळता मी एका रिक्षाला धडकले. ती रिक्षा प्रवाश्यांची वाट बघत थांबली होती. त्या रिक्षामध्ये दोन प्रवासी बसले होते. त्यातला एक सुटाबुटात होता आणि दुसरी एक सलवार कमीजमध्ये होती.

"तू रिक्षा थांबवण्यापूर्वी हॉर्न वाजवत जा ना." मी त्या रिक्षाला धडकल्यामुळे त्या रिक्षावाल्याला म्हटलं.

"हो, तू दिसलीस की, मी माझ्या प्रवाशांना एक मोठा झेंडा हलवायला सांगत जाईन," तो म्हणाला. तो जरा गुश्श्यातच होता. त्याच्या रिक्षातले प्रवासी त्याच्याहीपेक्षा जाड होते ना!

मी पुढे-पुढे सरकत राहिले.

रस्त्यावर कामाला जाणाऱ्या माणसांची आणि काम करणाऱ्या माणसांची एकच गर्दी झाली होती. हातगाडीवाले, वेळूच्या मोठमोठ्या

टोपल्या नेणारे सायकलवाले अन् डोक्यावरून कापसाचं भलं मोठं बंडल घेऊन जाणारे या सगळ्यांच्या मुळेच रस्ता अगदी भरून गेला होता.

शहरासारखीच माझी भूकही जागी झाली होती. सकाळचा चहा पोटात गेला की मगच दिवसाची सुरुवात चांगली होते, नाही का? मला विवेकानंद रोडवरचा एक चहावाला माहीत होता. तो कधी-कधी माझ्याशी अगदी मित्रासारखं वागायचा. त्याच्याकडे जायचं असेल तर मला थोडंसं चालावं लागणार होतं; पण काय हरकत आहे? माझ्याकडे वेळच वेळ असतो, नेहमीच.

दिवस भरभर तापत होता. माझ्या खांद्यावरच्या त्या मेट्रोपोल हॉटेलच्या चादरीचं मला आता ओझं होत होतं. आता मला फुटपाथवर राहणाऱ्या अन् चांगल्या चादरीची गरज असणाऱ्या कुटुंबाचा शोध घ्यावाच लागणार होता. तसं ते काम सोपं होतं. सेंट जेम्स चर्चला लागूनच एक कचऱ्याचा ढिगारा होता. त्याच्या मागंच एक स्त्री आपल्या मुलांना घेऊन बसली होती. ती एकीकडे आपल्या लहान मुलाला दूध पाजत होती आणि त्याच वेळेस तिच्या बाकीच्या मुलांना शांत बसवत होती. या सगळ्या गोंधळात घरातला पुरुष कुठेच दिसत नव्हता. बहुधा तो काम शोधायला बाहेर गेला असावा.

मी त्या चादरीची नीट घडी घालून त्या आईच्यासमोर जमिनीवर ठेवली. कामात गुंग असल्यामुळे तिचं माझ्याकडे लक्षच नव्हतं. पण त्या मुलांचं लक्ष मात्र माझ्याकडे गेलं आणि ते त्या चादरीकडे आले आणि आपल्या लहान हातांनी त्या चादरीला बडवू लागले. मग त्यांनी आपले हात थोडे मागे घेतले. जणू काही त्यांना आपण काय करतोय ते माहीतच नव्हतं. मग ते खुदकन हसायला लागले आणि परत त्या चादरीला बडवू लागले.

मी तिथून थोडीशी पुढे गेले.

एक माणूस सायकलीवरून फाटक्या कपड्यांचा ढीग नेत होता. मला सायकलीवरून एक चक्कर मारावीशी वाटली म्हणून मग मी त्या सायकलच्या मागच्या सीटवर चढून बसले. त्या सायकलवाल्याला याचा पत्ताच नव्हता. सबंध बैठखाना बाजारात एक फेरफटका मारून झाल्यावर मग कुठे त्याच्या लक्षात आलं, की आपण जरुरीपेक्षा जास्तच

ओझं घेऊन निघालोय. आणि मग तो मला ओरडला.

"उतर! उतर! खाली उतर!"

मी खाली उतरून त्याला नमस्ते केलं. मला मजा वाटून हसू येत होतं. मी नमस्ते केल्यामुळे त्याचाही नाइलाज झाला. त्यालाही मला नमस्ते करावं लागलं. आणि त्याचा राग पळाला. मग आम्ही अगदी आनंदानं एकमेकांचा निरोप घेतला.

मी आणखी काही ठिकाणं फिरून बघितली. हायवेच्या उड्डाणपुलाखाली एक बाजारपेठ होती. त्या बाजारपेठेतल्या गर्दीत आणि विवेकानंद रोडवरही मी भटकत होते.

जो चहावाला कधी-कधी माझ्याशी अगदी मित्रासारखा वागायचा, त्याचं दुकान केकच्या दुकानाला लागूनच होतं. मला लहान केक, मिठाया बघायला आवडतात. त्यांचे रंग आणि आकर्षक सजावट यामुळे त्या खूपच छान दिसत असतात. मला तर त्या अगदी फुलांसारख्या किंवा सराफाच्या दुकानातल्या दागिन्यांसारख्याच वाटतात. जर मला त्यांची चव कधी काळी चाखायला मिळाली, तर मला अगदी राणी असल्यासारखंच वाटेल.

त्या चहावाल्यानं नुकताच एक भांडं भरून ताजा चहा बनवला होता. एका भांड्यांतून दुसऱ्या भांड्यात तो चहा ओतताना तसंच त्यात दूध, साखर आणि चहा पावडर टाकताना त्यातून गरमागरम वाफा बाहेर पडत होत्या.

तो वाफाळणारा चहा माझ्या घशातून खाली जातोय असं मी चित्र रंगवलं. हा चहा मिळाला तर मग काय विचारता? दिवसाची सुरुवात अगदी सुखद आणि उबदारच होणार यात शंका नव्हती. थोडासा जरी चहा पोटात गेला तरी मला जास्त भूक जाणवणार नव्हती.

मी त्या चहाच्या दुकानाला लागूनच उभी राहिले. वेळ पडलीच तर त्या चहावाल्याकडे दयेची भीकही मागायची मी तयारी ठेवली होती; पण बहुतेक त्या दिवशी माझं नशीब चांगलं नसावं. त्याचं प्रत्यंतर मला लगेचच आलं. त्या दिवसाचा पहिला फटका मला तिथेच मिळाला.

रिक्षातून त्या चहावाल्याचा भाऊ आला.

हे चहाचं दुकान त्याचंच होतं. तो नेहमीच रागावलेला असायचा. त्यानं मला पाहिलं आणि तो त्या चहावाल्यावर खेकसायलाच

लागला.

"अरे, अरे, बघ किती घाणेरडी मुलं येतात तुझ्याकडे. भीती कशी ती नाहीच यांना. म्हणूनच मला फायदा होत नाहीये. आणि जे पैसे मिळतात, ते तूच उडवतोस. एक नंबरचा चोर आणि बदमाश आहेस तू. मी कसा काय तुझ्यावर विश्वास ठेवू? मला साधा संशय जरी आला ना की तू मला फसवतोयस तरी मी तुझ्याकडून हे दुकान काढून घेईन, लक्षात ठेव; मग तू माझा भाऊ असलास तरी त्याची पर्वा नाही मला."

तो चहावाला माझ्याकडे बघायला लागला. मला माहिती होतं की, आता त्याच्या मनात नसलं तरी तो मला खोटं-खोटं रागवणार, माझ्यावर ओरडायचं नाटक करणार.

मी त्याच्याकडे पाहून खांदे उडवले आणि 'काळजी करू नकोस,' असं खुणेनंच सांगितलं. आता तो माझ्यावर ओरडायला लागला. रागानं त्यानं मला तिथून निघून जायला सांगितलं आणि परत कधीही इथं येऊ नकोस असंही निक्षून बजावलं. पण थोड्या वेळानं मात्र आपल्या भावाला कळणार नाही, अशा पद्धतीनं त्यानं मला हात हलवून सांगितलं. "आत्ता इथून जा. पण इथं जवळपासच उभी राहा. हा बैलोबा आता लवकरच इथून जाईल. तो गेला की तू ये."

म्हणून मी मागं फिरले आणि जवळच एक दरवाजा होता. त्याच्या पायरीवर बसले तिथं काही कामगार कुंपण आणि पलंगाचे सांगाडे तयार करत होते. त्यासाठी ते धातूचे मोठमोठे तुकडे एकमेकांना जोडत होते. मी त्यांचं काम बघता-बघता त्या मोठ्या भावावरही नजर ठेवून होते. तो आता जोरजोरात हातवारे करून अगदी घाणेरड्या शिव्या देत होता. यथेच्छ गोंधळ घालून झाल्यावर त्यानं रिक्षा ओढणाऱ्याला बोलावलं. तो शांतपणे त्याची वाट बघत उभा होताच. (त्या रिक्षावाल्याला हा भाऊ नक्कीच या वाट बघण्याचे पैसे देणार नाही, हे मी ओळखून होते). तो भाऊ त्या रिक्षात बसला. आणि तो रिक्षावाला मोठ्या कष्टानं ती रिक्षा हाकू लागला. मोटारी अन् गाड्यांच्या प्रवाहात ते दोघे लगेचच दिसेनासेही झाले.

मी आता परत त्या चहावाल्याकडे गेले. "मी तुला चहा देऊ शकत नाही." हे म्हणण्यात त्याचा वाईट हेतू नव्हता तर त्याला दुःख झालं होतं, हे स्पष्टपणे दिसत होतं. "आता मला सगळ्या कपांचा हिशेब

द्यावा लागणार आहे गं, काय करू? कपांची संख्या आणि पेटीतले पैसे यांचा ताळमेळ जमला नाहीतर माझं काही खरं नाही. माझा भाऊ सगळं तपासणार आहे. काय करायचं तूच सांग?''

हं, ही एक आता छोटीशी अडचणच निर्माण झाली होती.

कप तर लहान होते आणि मातीचे होते. चहा पिऊन झाल्यावर गिऱ्हाईक ते कप फेकून द्यायचे. यामुळे काय होई तर रस्त्यावर फिरून फुटके कप गोळा करणाऱ्यांनाही काम मिळायचं. आणि त्याचं पोट चालायचं. कारण ते फुटके कप कुंभाराला विकायचे आणि मग तो कुंभार ते कप फोडून त्यांच्यापासून परत नवीन चांगले कप तयार करायचा. जमिनीवर असे कितीतरी फुटके कप विखरून पडले होते.

मी त्यातल्या त्यात न फुटलेला एक कप शोधला. तो गटारीत पडला होता. मी तो उचलून त्या चहावाल्याला दिला.

''तुझा भाऊ चहा तर मोजणार नाही ना?''

''अगं तो कप घाण आहे.'' तो कप खरोखरच घाण होता. मी तो माझ्या कुर्त्याच्या बाहीनं पुसला. हा कुर्ता मला मी जेव्हा कोलकाता शहरात पहिलं पाऊल टाकलं, तेव्हा मिळाला होता. तसं बघितलं तर तो कुर्ताही मळकाच होता.

मी त्याच्यापुढे कप धरत म्हटलं, ''ही कोलकात्याची घाण. ही माझ्यावर आहे आणि माझ्यातही आहे.''

त्यानं लक्ष दिलं नाही. गरमागरम चहाची धार आता किटलीतून माझ्या हातातल्या कपात पडत होती.

''पी लवकर. नाहीतर माझा भाऊ आला की त्याला कळेल.'' तो म्हणाला.

पण पिणार कसं? चहा तर अगदी गरम होता. म्हणून मी तो चहा घेऊन लांबवर चालत गेले. तिथं एक वडाचं झाड होतं. त्याच्या सावलीत बसले. ते झाड फुटपाथच्या फरशांमधून जमिनीच्या बाहेर पडलं होतं. जमिनीतून डोकं वर काढण्यासाठी, जगण्यासाठी त्यानं सिमेंटच्या फरशांनाही भेदलं होतं. किती ही जगण्याची ऊर्मी, तीव्र इच्छा!

तिथंच देवीच्या दोन मूर्तीही होत्या. बहुधा त्या दुर्गापूजेपासून तिथंच ठेवलेल्या असाव्यात. त्या मूर्तींच्या समोर बसूनच मी चहा

प्यायला लागले. मूर्तींना जरासे तडे गेले होते. एका मूर्तीची बोटे तर भंगून मातीतच मिसळली होती आणि दुसऱ्या मूर्तीच्या नाकाचा तर पत्ताच नव्हता. त्यांच्या अंगावरचे कपडे एकेकाळी चमकदार निळ्या-पिवळ्या रंगाने रंगवल्याची साक्ष देत होते; पण आता तेच रंग धुळीनं माखल्यामुळे फिकट दिसत होते.

पण तरीही ते देव हसत होते आणि प्रेमळ नजरेनं बघत होते. चहा पिता-पिता मला वाटलं की, या देवांनाही तहान लागली असणार. म्हणून मी त्यांना माझा चहा पाजण्यासाठी कप त्यांच्या ओठांपुढे धरला. त्यांच्याशी बोलले. त्यांनी आपला सण आनंदात साजरा केला का, असंही त्यांना विचारलं. पण ते काहीच बोलले नाहीत. ते फक्त हसत होते. मी पण त्यांच्याबरोबर हसायला लागले. आम्ही आता मस्त सूर्यप्रकाशात बसून चहा पिण्यातली मजा लुटत होतो.

थोड्या वेळापुरता का होईना मला अजिबात एकटेपणा जाणवला नाही.

थोड्या वेळापुरते का होईना मला जणू माझे मित्रच भेटले, असं वाटलं.

नदी

मी गोष्टी घडवून आणू शकते.

मी जर एखाद्या गोष्टीकडे टक लावून पाहिलं किंवा एखाद्या गोष्टीवरच लक्ष केंद्रित केलं तर कधी-कधी मी माझ्या मनाप्रमाणे घटना घडवून आणू शकते आणि त्या गोष्टीशी संबंधित लोकांनाही माझ्या मनाप्रमाणे वागायला भाग पाडू शकते.

ही मला मिळालेली देणगी अगर कला मी नेहमीच वापरत होते, असं नाहीतर जेव्हा-जेव्हा गरज असेल तेव्हाच मी या गोष्टीचा प्रयोग करून बघायचे.

आता मला भूक लागली होती. सकाळी चहानं माझं पोट भरलं होतं; पण आता दुपार झाली होती आणि ते रिकामंही झालं होतं. पण माझं नशीब कुठं सुट्टीवर गेलं होतं की काय कुणास ठाऊक?

या माझ्या नशिबालाच शोधत-शोधत मी नदीवर गेले.

कोलकात्याची हुगळी नदी. दक्षिण कोलकात्यात हिला 'गंगा' या नावानं ओळखतात. हीच पुढे बंगालच्या उपसागराला जाऊन मिळते.

मला हे सगळं माहितीये कारण एका पुस्तक दुकानातल्या नकाशात, त्या दुकानदारानं मला हाकलून देण्यापूर्वीच हे चित्रं मी पाहिलेलं होतं. मी नदीत उतरले. गंगामाईची कृपा राहावी म्हणून लोक नदीत पैसे टाकत होते. पाण्यात पडलेली ती नाणी गोळा करून त्यातून काहीतरी खायला विकत घेता आलं तर बरं, असा मी विचार केला.

मी या अगोदरही असं बऱ्याच वेळा केलं होतं, बऱ्याच वेळा.

पण आज मला नशिबाची साथ मिळत नव्हती. मी पाण्यात बुडी

मारत होते, आजूबाजूचा गाळ माझ्या शरीराला चिकटत होता; पण मी मात्र रिकाम्या हातानंच बाहेर येत होते.

थोड्या वेळानं विश्रांती घेण्यासाठी म्हणून मी सिमेंटच्या एका जुन्या खांबावर चढले. जास्त वेळ उपाशी राहिलं की, मला भरभर हालचाली करता येत नाहीत. आणि मी जास्त वेळ उपाशीही राहू शकत नाही. उपाशी राहिले की मी लवकर दमते.

त्या खांबावर बसल्या बसल्याच एका लहान मुलीवर माझी देणगी वापरता येते का हे मी बघू लागले. ती मुलगी देखील माझ्या जवळच्याच खांबावर बसली होती.

ती खरोखरच सुदैवी असली पाहिजे. कारण तिच्याजवळ पैसे होते अन् ती पैश्यांनी खेळण्यात मग्न झाली होती. तिच्या हातातल्या नाण्यांचा आवाज मला जास्तच बेचैन करत होता आणि त्यामुळे मला तिचा जास्तच हेवा वाटत होता.

"दिलवारा, इकडं ये बरं. हे खा," पायरीवरच्या एका स्त्रीनं तिला हाक मारली. "अगं थांब, एक मिनिट," त्या लहान मुलीनं म्हटलं.

"एक मिनिट वगैरे काही नाही. आत्ताच ये."

त्या मुलीनं दुसरीकडे आपली मान वळवून हे बोलणं ऐकूनही न ऐकल्यासारखं केलं.

ती स्त्री कपड्यावर पुन्हा खाण्याचे पदार्थ मांडण्यात गुंतली. एक स्त्री, एक पुरुष आणि काही मुलं तिला हे पदार्थ मांडण्यासाठी मदत करत होते. ते सगळे जणच आनंदात अन् सुखात दिसत होते.

अंघोळीचा घाट माणसांनी फुलून गेला होता. सूर्य आकाशात तळपत असल्यामुळे गेल्या काही दिवसांपेक्षा आज जरा जास्तच उबदार वाटत होतं. नदीकडे जाणाऱ्या रुंद दगडी पायऱ्याही माणसांनी गजबजल्या होत्या. सहलीसाठी आलेली, योगासनं करणारी आणि अंगाला साबण लावणारी माणसं त्या पायऱ्यांवर बसली होती. काहींनी तर नदीच्या पात्रातला चिखल आपापल्या अंगाला फासला होता आणि ते तो वाळवत होते. तिथंच एका जोडप्याचं लग्नही सुरू होतं. काही जण हात जोडून देवाला प्रार्थना करत होते, त्याला फळं, फुलं, धूप अर्पण करत होते, बरीच मुलं देखील नदीत पडलेली नाणी शोधण्यासाठी पाण्यात उड्या मारत होती.

"वळव तुझं तोंड," मी हळू आवाजात त्या लहान मुलीला आज्ञा दिली. तुझी नाणी तिथंच ठेवून तिथून निघून जा. फक्त थोड्या वेळापुरतं. मी लक्ष केंद्रित करायचं चालूच ठेवलं.

त्या मुलीच्या आईनं तिला परत हाक मारून लवकर यायला सांगितलं. कारण जेवणाची वेळ होत आली होती; पण त्या मुलीचं आपल्या आईकडे लक्षच नव्हतं.

आता मात्र त्या मुलीची आजी पुढे आली. आजीच्या एका दरडवण्यानंच त्या मुलीनं आपल्या हातातली सगळी नाणी खाली फेकली आणि पळतच ती त्याच्याकडे गेली.

आणि मी त्यावर डल्ला मारला.

आता माझ्या हातात नाणी होती आणि त्या मुलीला काही समजायच्या आतच मी पाण्याखाली गेले सुद्धा.

जमेल तेवढं पाण्याखाली पोहत, दम लागला की पाण्याबाहेर तोंड काढून एक दीर्घ श्वास घेत, पुन्हा पाण्याखाली पोहत मी बरंच अंतर पार केलं.

त्या मुलीला आपली नाणी चोरीला गेल्याचं समजताच तिनं रडून एकच गोंधळ घातला. ती ओरडायला आणि किंचाळायला लागली. मला मागून तिचा आवाज ऐकू येत होता. शक्य तेवढं जास्त वेळ मी पाण्याखाली राहायचा प्रयत्न करत होते. शेवटी मी तोंडात गेलेलं पाणी थुंकून दिलं आणि माझ्या हातातली नाणी तोंडात कोंबली. आता मला व्यवस्थित हात हलवून नीट पोहता येऊ लागलं.

नदीत प्रवाहाच्या दिशेनं पोहत-पोहत मी पुढे चालले होते. आता तो अंघोळीचा घाट कधीच मागे पडला होता. बोटी आणि मासे यांच्याप्रमाणेच मीही आता नदीचाच एक हिस्सा बनले होते.

पात्रातल्या चिखलातून कशीबशी वाट काढत-काढत शेवटी एकदाची मी समोरच्या घाटावर पोहोचले.

तो स्मशान घाट होता – मेलेल्या व्यक्तींवर अंत्यसंस्कार करण्याचं ठिकाण. तिथं एका चितेतून धूर बाहेर पडत होता. मेलेल्या व्यक्तीचे नातेवाईक आणि इतरही काही लोक धार्मिक विधी आटोपल्यावर रक्षाविसर्जन करण्यासाठी नदीच्या दिशेनं येत होते.

इथं मात्र पाण्यात बुडी मारून नाणी गोळा करणारी मुलं नव्हती.

कशी असणार? मृत्यूच्या इतक्या गडद छायेत राहायला कुणाला आवडेल? पण अंघोळीच्या घाटावर जेवढी नाणी मिळतात तेवढीच नाणी स्मशान घाटावरही मिळतात. शेवटी माणूस कुठंही गेला तरी त्याला आशीर्वादाची गरज ही असतेच ना!

मी बुडी मारली अन् माझ्या हाताला नदीचा तळच लागला. हाताच्या ओंजळीतला चिखल बोटांच्या फटीतून खाली झिरपत होता आणि नाणी मात्र हातात साठली होती. मी ती नाणी नदीच्याच पाण्यानं धुऊन स्वच्छ केली अन् तोंडात कोंबली. किती थोड्या कालावधीत माझ्या तोंडात मावणार नाहीत इतकी नाणी माझ्याकडे जमली होती! मी आता ती सरळ तोंडातून थुंकून तळहातावर घेतली आणि किनाऱ्याच्या दिशेनं तोंड वळवलं.

प्रवाहाचा जोर वाढला होता. पण मी संथपणे पोहत जात होते. अधेमधे तशी थांबून विश्रांतीही घेत होते.

स्मशानभूमीत काहीच वर्दळ नव्हती. फक्त काही माणसांचा मंत्र म्हणण्याचा आवाज येत होता. फुले, फळे, झेंडूच्या माळा परडीतून पाण्यात सोडल्या जात होत्या.

सगळीकडे भयाण शांतता पसरली होती. फक्त मंत्रोच्चार ऐकू येत होते. देवळाच्या भिंतींनी शहरातल्या गोंगाटाला जणू अडवून धरलं होतं.

मी अगदी किनाऱ्याजवळच पोहोचले होते. एवढ्यात मला एका चितेजवळ एक स्त्री एकटीच उभी असलेली दिसली. शक्यतो अशा ठिकाणी स्त्रिया येत नाहीत; पण ही स्त्री तर पुस्तक वाचत उभी होती.

माझ्याकडे पैसे आहेत हे तिला कळू नये अशी माझी इच्छा होती. म्हणून मी ते पैसे कुर्त्याच्या एका टोकाला गाठ मारून ठेवले होते. ती काय वाचते आहे, याची उत्सुकता मला लागून राहिली होती. म्हणून मी जरा पुढे सरकले. जर हिला पुस्तक घेणं परवडत असेल, तर मला थोडे पैसे देणंही हिला नक्कीच परवडणार यात शंका नाही.

ती बायबल वाचत होती, इंग्रजी बायबल. ती अगदी अचूक वाचत होती.

मला बायबलमधली काही पदं माहीत होती. रविवारी सुंदर-सुंदर चर्चच्या बाहेर भीक मागताना मला त्या पदांचा उपयोग व्हायचा.

ती माझ्या नजरेआड होऊ नये म्हणून मी माझी नजर तिच्यावरच रोखून धरली होती.

मी तिच्यासमोर अचानकपणे जाऊन उभी राहिले.

"येशू रडला." मी म्हटलं.

वाचन थांबवून तिनं दचकून माझ्याकडे बघितलं.

"होय, तो रडला, पण का माहितीये?" ती म्हणाली.

आता हे काय विचारणं झालं? हा तर एक मूर्खासारखाच प्रश्न होता. मी तशीच उभी राहिले. एखाद्याला रडण्यासाठी बरीच कारणं असू शकतात ना? कदाचित त्याच्या बोटाला हातोड्याचा मार लागला असेल. रस्त्यावरच्या सुताराच्या बाबतीत तसं घडलेलं मी एकदा पाहिलंय. तो सुतार पण रडत होता. नाहीतर मग तो एकटा असेल किंवा त्याला तहान लागली असेल आणि चहावाल्यानं त्याला चहा दिला नसेल किंवा तो एखाद्या अनोळखी शहरात गेल्यावर रस्ता चुकला असेल किंवा एखादा खूपच मजेशीर प्रसंग घडल्यामुळे तो इतका हसला असेल की, त्याच्या डोळ्यांतून पाणी आलं असेल.

ती स्त्री माझ्याकडे अजूनही उत्तराच्या आशेनं बघत होती.

"तो दुःखी होता," मी म्हटलं.

"हो, पण त्याला कोणतं दुःख होतं?"

मला हे कसं माहीत असणार?

"त्याला भूक लागली होती का? कारण मला भूक लागली की मीही रडते." असं म्हणून मी माझा रिकामा हात तिच्या समोर धरला. मला वाटलं तिला याचा अर्थ कळेल, कारण मला तिच्याकडून पाहिजे असलेली वस्तू मिळवण्यासाठी खोटं-खोटं रडायचं नाटक करायची बिलकूल इच्छा नव्हती.

तिनं माझ्या हाताकडे बघितलं. मग माझ्या डोळ्यांत निरखून पाहिलं. मला या सगळ्याची गंमतच वाटली.

मी माझा हात खाली घेतला. तिनं परत तिच्या बायबलमध्ये डोकं घातलं.

"माझं नाव वल्ली. तुम्ही दुःखी येशूबद्दल वाचता आहात का?" मी म्हटलं.

मला तिनं थोडे पैसे द्यावेत, अशी आशा वाटत होती. तशी ती

चांगल्या स्वभावाची दिसत होती. थोडे पैसे म्हणजे मला दहा रुपये हवे होते. त्यामुळे मी तिला सोडायला काही अजिबात तयार नव्हते.

"नाही, नाही. मी आनंदी लिखाण वाचते आहे," ती म्हणाली.

"तुमच्या कुटुंबातली व्यक्ती मेली म्हणून तुम्हाला आनंद झालाय?"

"छे, छे. हा माणूस काही माझा नातेवाईक नाही. मला तर तो कोण आहे, हेही माहीत नाहीये," ती म्हणाली.

मग मी तिला थोडा वेळ तसंच निवांत वाचू दिलं. मला देखील विचार करायला वेळ हवाच होता.

"तुम्ही इथं दररोज येता?" मी विचारलं. कदाचित या स्मशानभूमीत येऊन तिला बायबल वाचायला आवडत असावं. माणसं ना कधी-कधी खूपच विचित्र गोष्टी करत असतात. आता हेच बघा ना, एका बागेत तर दररोज सकाळी काही माणसं केवळ हसण्यासाठी म्हणून गोळा होतात.

तिनं लागलीच उत्तर दिलं नाही. माझं लक्ष तिच्याकडे गेल्यावर मला कळलं, की मी माझं पाल्हाळ कधी संपवते, याचीच ती वाट बघत होती. तिचा स्वभाव जरा गंभीर वाटत होता आणि इतरांचा देखील तसाच असावा, अशी तिची अपेक्षा असावी असं वाटत होतं.

मी एक चांगली मुलगी आहे, असं तिला वाटावं आणि तिनं मला जरा पैशांची मदत करावी म्हणून मी शांत उभं राहायचं ठरवलं. म्हणजे तिचं मत माझ्याबद्दल चांगलं बनेल, अशी मला आशा वाटली. पण एक माशी सारखी माझ्या डोक्याभोवती घोंघावत होती.

मी तिला हाकलत होते, पण ती परत-परत येतच राहिली. मला वाटलं की, ती आता माझ्या पाठीवर बसणार म्हणून मी तिला उडवण्यासाठी गर्रकन वळले पण त्यामुळे झालं काय की, माझा जरासा तोल गेला. मी काही पूर्णपणे खाली पडले नाही. पण मला संशय आला की, तिचं माझ्याबद्दलचं मत खराब झालं असावं आणि 'येशू का रडला,' यासारख्या गंभीर विषयावर माझ्याशी चर्चा करण्यात काही अर्थ नाही, असं तिला वाटलं असावं. पण पोटात थोडे डोसे गेले असते, तर तेही मला जमण्यासारखं होतं.

"मी ज्या हॉस्पिटलमध्ये काम करते ना, त्या हॉस्पिटलच्या बाहेरच हा माणूस मेला, कुणीच नातेवाईक त्याचा शोध घेत आला नाही. त्याला बहुधा कुणी ओळखतही नसावं. म्हणून मी – अगं तू तर

जळत्या निखाऱ्यांवर उभी आहेस.'' ती मध्येच जोरात किंचाळली आणि तिनं मला हाताला धरून बाजूला ओढलं.

माशीला उडवण्याच्या नादात मी त्या चितेच्या खड्डयात शिरले होते. त्या अनोळखी माणसाचं आता राखेत अन् कोळशात रूपांतर झालं होतं आणि तो आता गंगा नदीत विसर्जित होण्याची वाट बघत होता.

''मी एका माशीला उडवायच्या नादात इथं आले. मला त्या माणसाचा अपमान करायचा नव्हता,'' मी म्हटलं.

ती जमिनीवर बसली अन् तिनं माझे दोन्ही पाय तपासायला सुरुवात केली. ती तपासत असताना मला मात्र आधारासाठी तिच्या अंगावर माझा भार टाकावा लागत होता.

''अगं, तुझे पाय बरेच भाजलेत अन् त्यांना जखमा देखील झाल्यात.''

मी चढून बसलेल्या त्या जुन्या खांबावर धारधार अन् गंजलेल्या धातूच्या तारा होत्या. त्यातलीच एक तार माझ्या पायाला खरचटलेली असावी. त्या जागी थोडं रक्तही आलेलं होतं.

''असू देत,'' मी माझा पाय मागं ओढत म्हटलं, ''तुम्ही त्या बायबलमधल्या आनंदी लिखाणाबद्दल सांगा.''

तिचे विचार मला माझ्यावरून दुसरीकडे अर्थात पैशाकडे वळवायचे होते.

''कुणाबरोबर राहतेस तू? कोण काळजी घेतं तुझी?'' तिने विचारलं.

''मी माझी स्वत:ची काळजी स्वत:च घेते.'' मला आता अस्वस्थ वाटत होतं. मी लोकांकडे पैसे मागितल्यावर तेही मला प्रश्न विचारायचे. मला सवय होती त्याची. पण ही बाई तर माझ्या उत्तरांबद्दल खूपच उत्सुकता दाखवत होती. निश्चितच तिला माझ्यात जास्तच रस दिसत होता. इतर माणसांसारखं केवळ काहीतरी विचारायचं म्हणून ती विचारत नव्हती. मला कसंसंच होत होतं.

माझ्याकडे खाण्यापुरते थोडे पैसे होते. मी तेवढ्याच पैशांत भागवायचं ठरवलं आणि चालू लागले.

पण ती माझ्यामागून आली आणि तिनं माझा हात धरला. आता पुढे काय घडणार होतं, ते मला माहीत होतंच. पैसे दिले की लोक नंतर

मारही देतात. हा माझा आजवरचा अनुभव होता. यापूर्वी बऱ्याच जणांनी असं केलं होतं. ही देखील तसंच करणार हे मी ओळखलं आणि मार लागू नये म्हणून हाताने चेहरा झाकून घेतला.

पण त्यामुळे माझ्या कुर्त्याची गाठ सैल होऊन निसटली आणि त्यात बांधलेली सगळी नाणी खाली जमिनीवर विखरून पडली. त्या जुन्या दगडी पायऱ्यांवर केवळ माती अन् चिखलच होता. त्यात ही सगळी नाणी पडली.

तिनं मला थांबवलं अन् खाली वाकून स्वत: नाणी गोळा करायला लागली. पण तसं करताना तिनं माझा हात काही सोडला नाही. माझी चुळबुळ सुरूच होती. मी तिच्या तावडीतून सुटायचा प्रयत्न करत होते.

"मला जाऊ दे ना. वाटलं तर ते पैसे तुम्हीच ठेवा. पण मला सोडा, मला जाऊ दे," मी ओरडले.

ती आता मला मारणार याची मला पक्की खात्री होती.

त्या बाईने सगळी नाणी गोळा करून माझ्याकडे दिली. मला पायरीवर आपल्या शेजारी बसवून शांत केलं.

"तुझ्या शरीरावर आणखी असे चट्टे आहेत का?" हाताच्या कोपऱ्यावर असलेल्या एका चट्ट्याकडे बोट दाखवत तिने विचारलं.

मी काहीच उत्तर दिलं नाही. पण पायरीवरचा थोडा चिखल उचलून त्या पांढऱ्या चट्ट्यावर लावला. असं केल्यानं त्याचा रंग इतर ठिकाणच्या त्वचेच्या रंगासारखा दिसेल, असं मला वाटलं.

"तुझ्या पायांचा आकार नीट नाही. मला सांग, तुला भाजल्याचं अगर जखमा झाल्याचं जाणवतं तरी का?" तिने परत विचारलं.

यापूर्वी असा प्रश्न विचारल्यावर मी म्हणायचे की, मला दुखत नाही, मला वेदना होत नाहीत. तर लोक माझ्यावर ओरडायचे आणि घराबाहेरही काढायचे. म्हणून मग मी आता ठरवलं की, वेदना होतात आणि खूप दुखतं असंच उत्तर द्यायचं. आणि मी म्हणाले, "होय, खूप दुखतं, खूपच वेदना होतात. खूपच."

या माझ्या उत्तरावर ती माझ्याकडे बघतच राहिली. बघेना का!

मी माझं डोकं हलवून जरा भानावर यायचा प्रयत्न केला. मला वाटत होतं की, माझी काहीतरी चूक होतेय. पण नेमकी कोणती चूक ते मात्र मला कळेना.

''तुम्हाला माहितीये का, मला जादूचे पाय आहेत.'' मी पुटपुटले.

''तू चल माझ्याबरोबर. माझं नाव इंद्रा. मी एक डॉक्टर आहे आणि मला तुझे पाय तपासायचे आहेत.'' त्या म्हणाल्या.

''अहो, पण माझ्या पायांना काहीही झालेलं नाही. चांगले ठणठणीत आहेत ते.''

''तुला राहायला घर आहे? हो किंवा नाही तेवढं सांग.''

कोलकात्यात मी पाऊल टाकलं तेव्हा मला भेटलेला तो शेळीबरोबरचा वृद्ध मला काय म्हणाला होता, ते मला आठवलं.

''पृथ्वी, आकाश, हवा,'' मी म्हणाले.

''काल रात्री तू कुठं झोपली होतीस?''

''इंग्रजांच्या स्मशानभूमीत. पण मी स्वत:हून तिथं झोपायचं ठरवलं होतं.''

''मग आता तुला स्वत:हून माझ्याबरोबर यावंसं वाटलं म्हणून माझ्याबरोबर यायचंस. काळजी करू नकोस; तुझ्या जेवणाची आणि औषधोपचारांचीही सगळी सोय होईल. आणि तरीही तुला तिथून जावंसं वाटलंच, तर तू स्वतंत्र आहेस. तुला कुणीही अडवणार नाही, कळलं?'' ती म्हणाली.

तिने माझा हात सोडला. आता मी स्वतंत्र होते. जायला मोकळी होते.

तिने घाटावरच्या कामगारांना हात हलवून आपल्या जवळ बोलावून घेतलं. हे कामगार जमिनीत खड्डा खणून त्यात शवपेटी पुरायचं काम करायचे. लाकडाचे लहान-मोठे ओंडके पेटवून, चिता रचून प्रेत जळल्यावर त्याची राख भांड्यातून नदीत विसर्जितही करायचे.

डॉ. इंद्रांनी आपल्या पर्समधून थोडे पैसे काढले आणि त्या माणसांना दिले. मला माहीत होतं की, या दहनाचे पैसे त्यांनी डॉ. इंद्रांकडून अगोदरच घेतलेले असणार. आत्तापर्यंतच्या आयुष्यात घाटावर फिरून बराच वेळ घालवल्यामुळे मला तिथं चालणाऱ्या या सगळ्या गोष्टी माहीत होत्या. लाकडं महाग असल्यामुळे त्याचे पैसे या लोकांना अगोदरच द्यावे लागतात.

तसं बघितलं, तर डॉ. इंद्रा त्या कामगारांना हे जादाचे पैसे देत होत्या. तसं त्यांनी करायची काही गरज नव्हती; पण तरीही त्या ते

करत होत्या.

''आभारी आहे,'' डॉक्टर म्हणाल्या. आणि त्यांनी त्यांच्याशी हस्तांदोलन करण्यासाठी म्हणून आपला हात पुढे केला. पण ती माणसं घाबरली. हस्तांदोलनासाठी आपला हात डॉक्टरांच्या हातात कसा द्यायचा म्हणून बिचकू लागली. स्मशानघाटावरचे हे कामगार प्रेताला स्पर्श करतात, ते अस्वच्छ असतात म्हणून कुणीही आत्तापर्यंत त्यांना कधी साधा स्पर्शही केलेला नव्हता. पण डॉक्टरांचा हा अनुभव त्यांना नवीन होता.

डॉक्टरांनी बराच वेळ आपला हात तसाच पुढे धरून ठेवला. मग मात्र ते एक एक करून पुढे झाले आणि त्यांनी डॉक्टरांशी हस्तांदोलन केलं.

डॉक्टरीणबाई परत माझ्याकडे वळल्या.

''ठीक आहे, चलायचं?''

मी ही संधी सोडायची नाही असं ठरवलं. त्याही गालातल्या गालांत हसल्या आणि माझ्यापुढे चालू लागल्या.

आम्ही ती नदी आणि ते धुराचे लोट यांच्यापासून लांब चालत गेलो. एका शामियानातून जाताना आम्ही बघितलं की, काही माणसं दुसऱ्यांकडून आपल्या अंगाला तेलानं मसाज करून घेत होती, काही माणसं देवाला वाहण्यासाठी म्हणून फुलं आणि धूप विकत घेत होती. तर काही माणसं न्हाव्यांकडून दाढ्या करून घेत होती. मग आम्ही एका रस्त्यावर पोहोचलो. या रस्त्यावर चहावाले अन् फुलवाले यांचीच वर्दळ दिसत होती.

डॉक्टरांनी हात करून एका टॅक्सीला थांबवलं. अन् खास माझ्यासाठी त्यांनी माझ्या बाजूचा टॅक्सीचा दरवाजा उघडला.

पण मी मात्र जागची हलले नाही.

''लहान मुलं अनोळख्या व्यक्तींबरोबर टॅक्सीत बसून कुठंतरी जातात; पण त्यानंतर ती कुणालाच दिसत नाहीत. मला अशा पद्धतीनं अजिबात गायब व्हायचं नाहीये.''

''अगं, इथून थोड्याच अंतरावर दवाखाना आहे. पण तुझे पाय तेवढं देखील अंतर चालू शकणार नाहीत. चांगल्या स्थितीत नाहीयेत ते.'' त्या म्हणाल्या.

"तुम्हीच जा या टॅक्सीतून," मागं सरकत मी म्हटलं. "आणि मला सांगा तुम्हाला मी कुठं भेटायचं ते." त्यांनी टॅक्सीला जायला सांगितलं. आणि मग त्यांच्या एका कृतीनं मी थक्कच झाले. माझ्यासाठी असं कुणी करेल, असं मला स्वप्नातही वाटलं नव्हतं. अजिबात वाटलं नव्हतं.

त्यांनी आपल्या खांद्यावरची ओढणी काढली. पर्समधल्या एका छोट्या कात्रीनं त्या ओढणीचे दोन तुकडे केले अन् माझ्या पायाला गुंडाळले. ते तुकडे पडू नयेत म्हणून वर त्यांना घट्ट गाठही मारली अन् म्हणाल्या, "जर तू तिथपर्यंत चालत येऊ शकतेस तर मग मीही तुझ्याबरोबर चालू शकते."

सुंदर रक्त

ते थोडंसंच अंतर होतं.

डॉ. इंद्रा माझ्यावर जबरदस्ती करत नव्हत्या की, दवाखान्यापर्यंत चालवतही नेत नव्हत्या. *त्या फक्त पुढे-पुढे जात होत्या अन् मी त्यांच्यामागून जात होते. मी त्यांच्यामागून येत आहे की नाही, हे देखील त्यांनी मागं वळून बघितलं नाही. त्यामुळे मला कधीही पळून जायची संधी होती.*

पण मी त्यांच्याबरोबरच जायचं असं ठरवलं.

डॉक्टर होणं म्हणजे काय असतं, ते त्यांनी मला सांगितलं. त्या म्हणाल्या की, डॉक्टर होण्यासाठी त्यांना बरीच वर्षं खूप अभ्यास करावा लागला. त्यांना कधी वाटलंही नव्हतं की, त्या डॉक्टर बनू शकतील. पण आज त्यांनी त्यातलं सगळं ज्ञान घेतलं आहे आणि गरज पडली की, त्यांना ते ज्ञान वापरताही येतं.

"मला डॉक्टरच व्हायची इच्छा होती. लहानपणी माझ्या सगळ्या मैत्रिणी त्यांचा सगळा रिकामा वेळ पिक्चर बघण्यात घालवायच्या; पण मी मात्र माझा सगळा रिकामा वेळ बायोलॉजीची पुस्तकं वाचण्यात घालवायचे किंवा अधूनमधून रस्त्यावरच्याच एका क्लिनिकमध्ये स्वेच्छेनं मोफत काम करायचे.

"मी देखील कधीच पिक्चर बघितला नाही,'' मी म्हटलं.

"मी मात्र सध्या पिक्चर बघते. मला जे काम करायची इच्छा होती, ते काम आता करत्येय. त्यामुळे मी आता पिक्चर बघायला वेळ काढू शकते.'' त्या म्हणाल्या.

त्यांनी मला पिक्चरला घेऊन जायचं कबूल केलं नाही, हे एका दृष्टीनं बरंच झालं. यातून मला त्यांचा आणखी एक चांगला गुण कळला. मी रेल्वेस्टेशनवर राहत होते तेव्हा, एक माणूस स्टेशनवरच्या एका मुलाला पिक्चर दाखवतो म्हणून घेऊन गेला होता, पण त्यानंतर तो मुलगा मला परत कधी दिसलाच नव्हता.

मात्र त्यांच्याबरोबर टुकटुकमध्ये बसून प्रवास करण्याइतपत मी त्यांच्यावर विश्वास टाकायचं ठरवलं. पण मला टुकटुकमध्ये बाहेरच्या बाजूला बसूनच प्रवास करायचा होता, न जाणो माझा विश्वासघात झालाच, तर मला लागलीच बाहेर उडी टाकायला यायला हवी ना!

डॉ. इंद्रांनी एका टुकटुकला हात दाखवून बोलावलं. गर्दीतून वाट काढत ती टुकटुक आमच्यासमोर येऊन थांबली सुद्धा. डॉक्टर ड्रायव्हरच्या शेजारी बसल्या अन् मी त्यांच्या बाजूला, अगदी खिडकीच्या कडेला धाडकन बसले. सुरुवातीला आम्ही वेगात जात होतो; पण थोड्याच वेळात आमची गाडी गर्दीत अडकली त्यामुळे सारखी बंद... चालू, बंद... चालू व्हायला लागली.

मला याचा अजिबात राग येत नव्हता. उलट मजाच वाटत होती.

मी यापूर्वीही टुकटुकमध्ये बसले होते, पण मागच्या बाजूला आणि तेव्हा त्या ड्रायव्हरनं जोरात ब्रेक दाबल्यामुळे मला हिसका बसला होता. अन् माझं तोंड समोरच्या धुळीनं माखलेल्या धातूच्या दांडीवर आदळलं होतं. पण आता मात्र मला पुढच्या सीटवर बसायला मिळालं होतं, म्हणून मी भलतीच खुशीत होते.

टुकटुक जोरात खड्ड्यात आदळली अन् थांबली. बस आणि कलिंगडाचा एक ट्रक यांच्यामधून वाट काढताना ड्रायव्हरनं त्याचं स्टीअरिंग जोरात वळवलं होतं. त्यामुळे मी डॉ. इंद्रांच्या बाजूला पडले अन् हेलकावे खाऊ लागले. मागच्या गाड्यांचे हॉर्न लागलीच वाजायला लागले.

मी उभी राहून, कठड्याला लोंबकळत इतर ड्रायव्हरांकडे बघितलं. डॉ. इंद्रांनी मला आत ओढून घेतलं आणि खाली बसवलं. पण मला त्यांनी व्यवस्थित वागवल्यानं मला त्यांचा राग आला नाही.

थोड्या वेळानं आमच्या रस्त्यात गायी आडव्या आल्या, त्यामुळे गाडी थांबवावी लागली. आणि आमची गाडी थांबली ती देखील नेमकी

त्या चहावाल्याच्या दुकानासमोरच. डॉ. इंद्रांच्या अंगावर उताणी पडून, त्या चहावाल्याला हात हलवून मी त्याचं लक्ष माझ्याकडे वेधायचा प्रयत्न केला.

पण त्याचं माझ्याकडे लक्षच नव्हतं. तो कामामध्ये खूपच व्यस्त वाटत होता अन् जरा दु:खीही दिसत होता. का दिसणार नाही? त्याचा तो मोठा भाऊ आला होता ना! तो भाऊ मातीचे ते लहान कप मोजत होता अन् एका कागदावर त्याचा हिशेब तपासून पाहत होता.

मी सगळं काही बघत होते. आता त्यानं तो कागद आपल्या शर्टाच्या खिशात ठेवला आणि मातीच्या कपांचा तो ढीग त्या चहावाल्याच्या तोंडापुढे नाचवला. पण तेवढ्यात त्याची पकड सैल झाली आणि तो कपांचा ढीग त्याच्या हातातून निसटून खाली फुटपाथवर आदळला आणि ते सगळे कप फुटले.

एवढ्या वेळात गाईंनीही आमच्या रस्त्यातून बाजूला होऊन आम्हाला वाट मोकळी करून दिली होती. त्यामुळे आमची टुकटुक पुन्हा सुरू झाली. मला तर इतकी मजा वाटत होती की, मला पोट धरधरून हसायला येत होतं अन् त्यामुळे समोरचं काहीच दिसत नव्हतं.

"हा माझ्या आयुष्यातला खूप चांगला दिवस आहे," मी सबंध शहराला ओरडून सांगितलं.

थोड्याच वेळात डॉ. इंद्रांनी ड्रायव्हरला थांबायला सांगितलं. आमचा प्रवास संपला म्हणून मला खूपच वाईट वाटत होतं, पण पुढे काय घडणार याची उत्सुकता देखील वाटत होती. काय करणार, जाम भूक लागली होती ना! टुकटुकमधून उतरताना डॉ. इंद्रांनी मला हात दिला. ते त्यांचं आमंत्रण होतं. सक्ती नव्हती. मी ते स्वीकारू शकत होते अगर नाकारू शकत होते. निर्णय सर्वस्वी मी घ्यायचा होता.

मी ते आमंत्रण स्वीकारायचं ठरवलं.

त्यांनी हलक्या हातानंच माझा हात धरला. त्यामुळे माझी इच्छा असेल, तर अगदी सहजपणे मी माझा हात त्यांच्या हातातून सोडवू शकत होते.

बाहेरचा सूर्यप्रकाश अन् रस्त्यावरचा गडबड, गोंगाट मागं टाकून आम्ही एका मोठ्या खोलीत आलो. त्या खोलीच्या एका बाजूला संपूर्ण शहर पसरलं होतं अन् दुसऱ्या बाजूला थंडगार काळोख. सिमेंटच्या त्या

जाड भिंतींनी जणू त्या शहराचा तो गोंगाट बाहेरच अडवला होता. खिडकीतून झाडे, वेली दिसत होत्या आणि तो परिसरही शांत वाटत होता.

तिथं लोक ओळीनं मांडलेल्या खुर्च्यांवर बसले होते. काही औपचारिक कपड्यांमध्ये होते अन् सेलफोनवर बोलत होते. एक किशोरवयीन मुलगा जीन्स घालून आला होता. त्याच्या कानात एक वायर होती अन् त्यानं पायाचा ठेका धरला होता. एक तरुण मुलगी एक भलं मोठं जाडजूड पुस्तक वाचत होती अन् एका कागदावर त्यातली टिपणं काढत होती. लांब झगा घातलेल्या अन् फेटा बांधलेल्या एका वयस्कर माणसाच्या मांडीवर एक लहान मूल बसलं होतं आणि तो माणूस त्या मुलाच्या बोटांशी खेळ करत होता.

तिथं कुणीही घाबरलेलं दिसत नव्हतं. त्या खुर्च्यांच्या रांगांना ओलांडून आम्ही एका छोट्या खोलीत प्रवेश केला. त्या खोलीतले लोकही खुर्च्यांवरच बसलेले होते. एका बाकड्यावरच्या माणसानं डॉ. इंद्रांना पाहिलं आणि विचारलं, ''संपली का तुझी दिवसभराची कामं? तू आमच्यापासून लांब राहूच शकत नाहीस. होय ना?''

''पाहिलं का, मला एक नवीन मैत्रीण मिळालीय, हिचं नाव वल्ली,'' डॉक्टर म्हणाल्या.

''हॅलो वल्ली!''

त्यानं माझ्याकडे बघून स्मितहास्य केलं. तो तसा बरा वाटला, पण नेहमीच स्मितहास्यांवर भरवसा ठेवू नये, हे मी शिकले होते. काही स्मितहास्यं ही फसवी असतात, कारण त्या स्मितहास्यांनंतर तुम्हाला पकडून दरीत फेकलं जातं.

''मला तपासणीसाठी ताबडतोब एक शांत खोली हवीये. या मुलीच्या बाबतीत वेळ घालवून अजिबात चालणार नाही,'' डॉक्टर अगदी शांत आवाजात त्याला म्हणाल्या. त्या माणसानं काही कागद चाळले.

''आज चांभार बाहेर गेलाय. त्याचं वर्कशॉप तुम्हाला चालेल काय?'' तो म्हणाला.

''चालेल, चालेल. अगदी योग्य जागा आहे ती,'' डॉक्टर म्हणाल्या.

''मला वाटतं, वल्लीला थोडंसं काहीतरी खायला आवडेल,'' तो

परत स्मितहास्य करत म्हणाला. मी अजून त्याच्याकडं बघून स्मितहास्य केलेलं नव्हतं. काहीही झालं तरी मला भूक लागली आहे, असा केवळ अंदाज करणं आणि प्रत्यक्षात मला काहीतरी खायला देणं या दोन वेगवेगळ्या गोष्टी आहेत, नाही का?

आम्ही त्या छोट्या खोलीतून बाहेर पडलो अन् जिन्याच्या दिशेनं निघालो. जिना चढून आम्ही एका अनोळख्या ठिकाणी पोहोचलो. तिथे चामड्याच्या वस्तू, बूट अन् इतर साहित्य पडलेलं होतं. काही बूट तर अर्धवट शिवलेल्या अवस्थेतच होते.

"इथं एक मिनिटभर थांबशील का? इथं जवळच असलेल्या काही गोष्टी घेऊन मी लागलीच येतेच," डॉ. इंद्रा म्हणाल्या.

हे आणखीन एक नवीन पण मजेदार ठिकाण होतं. त्यामुळे डॉक्टर येईपर्यंत थोडा वेळ इकडे-तिकडे फिरून बघायला मला आवडलंच असतं. मी डॉक्टरांना जाताना दरवाजा उघडा ठेवायला सांगणारच होते; पण मी न सांगताच त्यांनी तो जाताना उघडा ठेवला.

त्या परत आल्या तेव्हा त्यांच्या हातातल्या एका ट्रेमध्ये काही चमत्कारिक वस्तू होत्या. त्या येईपर्यंत मी माझे हात बुटात घातले होते आणि ते बूट माझ्या मांड्यांवर ठेवले होते. जणू काय माझे ते हात म्हणजे माझे पायच आहेत.

"मी आता माझ्या हातांनी चालणार," मी हसून म्हटलं.

त्यांना देखील हसू आलं. आणि मग ते बूट कपाटात ठेवायला त्यांनी मला मदत केली.

"यापूर्वी तू एखाद्या डॉक्टरांना दाखवलं होतंस का?"

"श्रीमती मुखर्जींनी मला पाहिलंय. त्यांच्याकडे काम करणाऱ्या मुली सकाळी अकरा वाजायच्या आत उठत नाहीत. आणि स्वत: श्रीमती मुखर्जींना दुपारपर्यंत झोपायला आवडतं." मी सांगितलं.

"आणि हे कधी झालं?"

"मी कोलकात्यात आले ना तेव्हा दोन ट्रक ड्रायव्हर मला त्यांच्याकडे घेऊन गेले होते. मी काहीतरी काम करावं असं त्यांना वाटत होतं; पण मला खात्री वाटत नाही की तिनं त्यांना त्याचा काही मोबदला दिला असेल. कारण तिनं मला लागलीच हाकलूनही दिलं. पण मला मात्र तिथं हा कुर्ता मिळाला." मी म्हटलं. त्या कुर्त्यांचा रंग आता पार

उडाला होता अन् कधीही न जाणारे डाग आता त्याच्यावर पडले होते. तो ठिकठिकाणी फाटलेला अन् मळलेलाही दिसत होता. पण मी आता नुकतीच नदीतून पोहून आल्यामुळे तो जरासा स्वच्छ दिसत होता, एवढंच काय ते.

"मला तुझ्या हृदयाचे ठोके ऐकायचेत," डॉ. इंद्रा म्हणाल्या.

त्यांनी त्या ट्रेमधून एका माणसाचे चित्र उचलले. ते मधोमध कापलेले होते. त्याच्या एका अर्ध्या भागात सगळी हाडे होती आणि दुसरा अर्धा भाग पूर्णपणे मांसल दिसत होता. चिकनचा दिसतो ना तसा. पण तो छान दिसत होता. मग त्यांनी मला आपलं हृदय कुठे असतं ते दाखवलं.

"मी त्वचेच्या आत अशी दिसते?"

"हो. आपण सगळेच असे दिसतो. हा बघ स्टेथोस्कोप." त्यांनी त्या स्टेथोस्कोपची दोन्ही टोकं आपल्या कानात घातली आणि त्याचा गोलाकार भाग माझ्या छातीवर ठेवला. "अरे व्वा, तुझं हृदय छान काम करतंय की. तुला ऐकायचंय?"

त्यांनी तो स्टेथोस्कोप माझ्या कानात अडकवला आणि मी माझ्या स्वतःच्याच हृदयाचे ठोके ऐकायला लागले. हे सगळंच इतकं छान वाटत होतं की, खोलीत माझ्यासाठी खायला घेऊन आलेल्या व्यक्तीकडेही माझं लक्ष गेलं नाही. खरंच, अजिबातच गेलं नाही.

"आधी तुझे हात पाण्यानं स्वच्छ धू बरं," मी लगेचच खाण्याकडे वळले, हे पाहून त्या म्हणाल्या.

"मी नदीतच हात धुऊन आलीये."

"आता सिंकमध्ये धू." त्यांनी ती खाण्याची डिश एका उंच कपाटावर ठेवून दिली अन् त्या मला कोपऱ्यातल्या सिंककडे घेऊन गेल्या. त्यांनी स्वतः माझ्यासाठी नळ सुरू केला आणि साबणही माझ्या हातात ठेवला.

मी हात धुताना, हातातून निघणारी घाण बघून माझं मलाच आश्चर्य वाटलं. मला वाटलं होतं की, माझे हात अगदी स्वच्छच असणार.

डॉक्टरांचं समाधान होईपर्यंत मी माझे हात स्वच्छ करत होते. मग त्यांनी मला खायला दिलं. खायला चण्याची डाळ, सामोसे अन् कोबीची भाजी होती. तशी माझ्याकडे काही नाणी होती. पण इतक्या

रूचकर जेवणाचं बील भागवण्याइतपत नव्हती. मी ते सगळं जेवण भरभर संपवायला लागले. मला वाटलं जर या जेवणाचे पैसे मी देऊ शकत नाही, हे त्यांना कळलं तर ते माझ्याकडूनही डीश काढून घेतील.

त्यांनी डीश काढून घेतली नाही पण माझ्या दंडातून थोडंसं रक्त मात्र काढून घेतलं. पण माझं पोट भरल्यामुळे मी इतकी आनंदात होते की, त्यांनी दंडात सुई घुसवल्यावर जरी मला थोडंसं दुखलं तरी मला त्याचं काहीही वाटलं नाही. माझ्या लाल रक्तानं ती काचेची नळी भरली होती अन् मला मात्र अगदी आनंद वाटत होता.

''आता आपण याला सूक्ष्मदर्शकाखाली बघूयात हं,'' त्या म्हणाल्या.

''सूक्ष्मदर्शक? म्हणजे काय?''

''हे एक विशिष्ट प्रकारचं मशीन असतं ज्यामधून आपल्याला अगदी सूक्ष्म गोष्टीही व्यवस्थित दिसू शकतात. मी ते मशीन तुला दाखवीन आणि मला खात्री आहे की ते तुला नक्कीच आवडेल. पण अगोदर आपण तुझ्या पायांना बँडेज बांधूयात हं.''

माझे पाय स्वच्छ करून त्यांना मलम लावण्यात अन् बँडेज बांधण्यातच आमचा बराच वेळ गेला. मग नंतर त्यांनी मला एक सुई टोचली, ज्यामुळे त्यांच्या मतानुसार, मी आजारी पडू शकणार नाही.

''मला वाटतं तुझ्या पायाकडे बरंच लक्ष द्यायची गरज आहे; पण आज मात्र मी तुला काही त्रास होईल असं काहीही करणार नाही, घाबरू नकोस. आपल्याला तुझ्या पायांसाठी कुठून तरी सँडल्सही मिळवावे लागणार आहेत. पण चल, त्या अगोदर तुझं रक्त तपासायला हवं,'' त्या म्हणाल्या.

त्या मला दुसऱ्या एका खोलीत घेऊन गेल्या. तिथंही भरपूर खुर्च्या, केबिन्स आणि इतरही बऱ्याच गोष्टी होत्या की, ज्या मी यापूर्वी कधी बघितल्याही नव्हत्या. तिथं एका उंच खुर्चीत बसून एक माणूस एका विचित्र दिसणाऱ्या मशीनमध्ये डोकावून बघत होता.

''बघितलं का, आज आपल्याकडे एक छोटी शास्त्रज्ञ आली आहे. तिला सूक्ष्मदर्शकातून बऱ्याच गोष्टी बघायची इच्छा आहे,'' डॉक्टर त्या माणसाला म्हणाल्या. ''आणि हो, या सगळ्या गोष्टी खूप काळजीपूर्वक बघायचंही तिनं मला कबूल केलंय बरं.'' त्यांनी माझ्या रक्तानं भरलेली ती काचेची नळी त्या माणसाकडं दिली.

"हे बघ, मी तुला स्लाइड कशी तयार करायची ते दाखवतो" असं म्हणून त्या माणसानं नळीतल्या माझ्या रक्ताचा एक थेंब एका पातळ काचेच्या तुकड्यावर घेतला आणि दुसऱ्या एका बाटलीतल्या कशाचा तरी एक थेंब त्यावर सोडला. "यामुळे हे स्टेन होतं आणि मग आपल्याला बघायला सोपं जातं," तो म्हणाला.

त्यानं पहिल्यांदा बघितलं. मग डॉ. इंद्रांनी बघितलं आणि मग त्यांनी मला कसं बघायचं ते सांगितलं आणि चित्र स्पष्ट दिसण्यासाठी मशीनचं डायल कसं फिरवायचं तेही दाखवलं.

ते सुंदर दृश्य बघून माझे तर डोळेच दिपले.

"हे माझं रक्त आहे? किती सुंदर दिसतं आहे."

"आपलं शरीर हे पेशींनी बनलेलं असतं. पेशी म्हणजे केवळ चमत्कारच. मी पुन्हा कधीतरी तुला त्यांच्याबद्दल सगळं काही सांगेन," डॉ. इंद्रा म्हणाल्या.

"नाही. मला आत्ताच सांगा."

"नाही, नाही. पुन्हा केव्हातरी. आता मला तुझं ते सुंदर रक्त पुन्हा एकदा बघू दे बघू."

मी परत एकदा माझं रक्त सूक्ष्मदर्शकातून पाहून घेतलं आणि स्टुलावरून बाजूला होऊन डॉक्टरांना बघण्यासाठी जागा करून दिली.

तिथं आसपासच हातांना आराम मिळेल अशा खुर्च्याही होत्या. त्यावर बसू नकोस असं मला कुणीच म्हटलं नाही म्हणून मग मी त्यावर बसले.

डॉक्टरांनी थोडा वेळ सूक्ष्मदर्शकातून पाहिलं आणि मग माझ्याजवळ बसून कागदावर बरीच टिपणं काढली.

माझे कपडे अजून ओलेच होते आणि त्यांना नदीच्या पाण्याचा वासही येत होता. तेवढ्यात मला माझ्या नाण्यांची आठवण झाली. ती नाणी सुरक्षित आहेत की नाही, याची मी चाचपून खात्री करून घेतली. कारण आज जरी माझं पोट भरलेलं असलं तरी उद्या मला परत खायला लागणारच होतं आणि त्यासाठी पैसे लागणारच.

शेवटी एकदाचं डॉक्टरांनी लिखाण संपवलं.

"आज रात्री तुला झोपायला जागा आहे?" त्यांनी विचारलं.

"हो. आहे."

"कुठं?"

मी हात हलवून म्हटलं, "कोलकात्यात."

"हो, पण कोलकात्यात कुठे?"

मी कुणास ठाऊक या अर्थानं खांदे उडवले. रात्र व्हायला अजून बराच अवकाश होता. मग त्याची चिंता आतापासूनच कशाला? अजून सूर्य तळपतोय ना? रात्र झाली मग बघू काय करायचं ते.

त्यांनी विषय बदलला.

"हे बघ, मी काय सांगते तिकडे नीट लक्ष दे. तुझ्या रक्तातल्या विषाणूंमुळे तुझ्या पायातल्या संवेदना नाहीशा झाल्या आहेत. तसंच तुझ्या दंडावर रंगहीन चट्टाही पडलाय. ही 'हान्सेन' रोगाची लक्षणे आहेत. यालाच 'कुष्ठरोग' असंही म्हणतात. या कुष्ठरोगाचे जंतू माणसांच्या स्नायूंपर्यंत जातात आणि त्या स्नायूंना व्यवस्थित काम करू देत नाहीत. आपण काहीही वाईट काम केलेलं नसलं, तरी हे जंतू आपल्या शरीरात शिरतात. जरी अनेक व्यक्तींच्या शरीरात श्वासावाटे हे जंतू शिरले, तरी त्यांना या रोगाची लागण होईलच असं नाही. हे जंतू शरीरात शिरलेल्या लोकांपैकी केवळ ५ टक्के लोकांच्याच शरीरात या जंतूंची वाढ होते. दुर्दैवानं या ५ टक्के लोकांपैकीच तू एक आहेस. कळतंय का तुला हे?"

मी होय म्हटलं; पण खरोखरच त्यांचं काहीही बोलणं माझ्या डोक्यात शिरत नव्हतं. शिरणार कसं? माझं पोट भरलेलं होतं. मला बसायला आरामखुर्चीही मिळाली होती. त्यामुळे मी निद्रादेवीच्या हळूहळू आधीन होत होते. नाही का?

"यात घाबरण्यासारखं काहीही नाही. आता हा रोग बरा होऊ शकतो. यापूर्वी तुझ्या पेशींना जी दुखापत झाली आहे, ती आता कदाचित बरी होऊ शकणार नाही. पण इथून पुढे आपण या विषाणूंपासून स्वतःचा बचाव करू शकतो आणि पेशींना अधिक इजा होण्यापासून रोखूही शकतो. पण त्यासाठी मला तुझ्यासाठी ताबडतोब गोळ्या सुरू कराव्या लागतील. म्हणजे मग काळजीचं काही कारण उरणार नाही. मी तुला मघाशी विचारलं होतं की, तुला राहण्यासाठी जागा आहे का, ते एवढ्यासाठीच की तुझ्या पायांना उपचारांची अत्यंत गरज आहे. तसंच तुझ्या त्वचेला भयानक जखमाही झाल्या आहेत. त्यांना बरं करण्यासाठी

दुसऱ्या जागेवरची त्वचा काढून त्या जखमांवर लावावी लागेल आणि त्यासाठी तुला इथं दवाखान्यातच थोडे दिवस राहावं लागेल. तुला जमेल का हे? तुला काय वाटतं?''

मी खुर्चीत अधिकच रूतत जात होते आणि आता माझे डोळेही झोपेनं जड झाले होते.

''मी काल रात्री कुठे झोपले होते ते त्यांना हवंय,'' मी स्वत:शीच पुटपुटले. दवाखान्याजवळच खास स्त्रियांसाठी म्हणून एक उद्यान होतं. इथं नाही झोपायला मिळालं, तर मी तिथं जाऊन झोपू शकते. उलट तिथं हिरवंगार गवतही आहे. आणि मला तर आत्ता गरमच होत होतं. थंडावा मिळाला तर बरंच वाटणार होतं. पण मला आता झोप येत होती.

ऊठ आणि बागेत जा, मी स्वत:ला समजावलं; पण त्या आरामशीर खुर्चीतून मला उठवत नव्हतं. डॉ. इंद्रादेखील अगदी माझ्या जवळच बसल्या होत्या. त्यांचे गुडघे माझ्या गुडघ्यांना लागत होते. जाण्यासाठी मला त्यांच्या अंगावर चढावं लागणार होतं. मला हे करणं खूपच जड जात होतं. खूपच.

माझे डोळे अजिबात उघडत नव्हते. मी पेंगताना माझी हनुवटी माझ्या छातीला लागत होती.

मग डॉक्टरांनी मला उचलल्याचं मला जाणवलं. आता माझं डोकं त्याच्या खांद्यावर विसावलं होतं. आणि त्या मला उचलून पायऱ्यांवरून नेत असल्याचाही मला भास झाला. त्यांच्या अंगाला फुलांचा वास येत होता. त्यांची प्रेमळ कुजबुजही ऐकू येत होती.

त्यांनी मला हळुवारपणे एका मऊ जागेवर झोपवलं.

त्या मला खांद्यावरून उतरवेपर्यंत, मी गाढ झोपीही गेले होते.

''अगं ऊठ. जेवणाची वेळ झालीये.''

''तिला झोपू दे ना.''

''जर ती आत्ता झोपली, तर रात्री तिला झोप येणार नाही. आणि मग ती आपल्या कुणालाही झोपू देणार नाही.''

''अगं, नवीन मुली, ऊठ ना. जेवणाची गाडी आली बघ.''

मला माझ्या झोपेत आवाज ऐकायला येत होते.

मी सावकाश उठले. एका स्वच्छ जागेत, मऊ चटईवर मी झोपले होते. मला खूपच आरामशीर वाटत होतं.

मला आता अन्नपदार्थांचा वास आला. मला झोपेपेक्षा जेवणाचीच जास्त गरज असते. नेहमी.

मी डोळे उघडले.

मी किंचाळलेच.

राक्षस माझ्याकडे खाली वाकून रोखून बघत होते. नाकाच्या ऐवजी केवळ व्रण असलेल्या अनेक स्त्रिया माझ्याभोवती गोळा झाल्या होत्या. आणि हाताला बोटं नसलेली एक बाई मला हलवून जागं करत होती. त्या बोटं नसलेल्या खुंट्यानं मला स्पर्श करत होती.

मी चटईवरून टुणकन उडालेच आणि आधी त्या बायकांच्या मधून बाहेर पळाले.

"तुम्ही मला पकडू शकत नाही."

"ती घाबरलीये," मला ऐकू आलं.

"जाऊ दे तिला," कुणीतरी म्हटलं. "नाहीतरी ती म्हणजे नुसता त्रासच आहे."

"अहो लहान आहे ती अजून." मी त्यांच्यातून निसटले आणि बाहेर पळाले. पायऱ्या उतरताना खालून वर येणाऱ्या लोकांना माझा धक्का लागत होता.

"काय झालं, वल्ली? काय झालं?" डॉ. इंद्रांनी माझ्या खांद्याला पकडलं होतं. मी त्यांच्या तावडीतून सुटायचा प्रयत्न केला, पण त्यांची पकड घट्ट होती.

"सांग ना वल्ली."

"इथं राक्षस आहेत. ते मला खातील! मला फाडून टाकतील."

"आजारी माणसांना बरं करणारा दवाखाना आहे हा वल्ली, बाकी काही नाही." त्यांचा आवाज शांत पण निग्रही वाटत होता.

"राक्षस आहेत हे सगळे!"

"होय का, वल्ली? खरंच? तुला खरोखरंच असं वाटतं?" डॉक्टर म्हणाल्या. "विचार करू शकणारी तू एक व्यक्ती आहेस. तरीही तुला ही माणसं राक्षस आहेत असं वाटतं?"

हे मात्र वेगळंच काहीतरी घडत होतं. त्या माझ्याशी मला न

समजणाऱ्या भाषेत बोलत होत्या. मी घाबरलेही होते अन् त्याचवेळेस आपण मूर्खासारखं वागतोय असंही मला वाटत होतं.

म्हणजे मी विचार करू शकते, असं कुणाला तरी वाटतंय. त्याचा अर्थ काय होतो, हे मला समजत नव्हतं. खरं म्हणजे मला तो कळत होता, पण वळत नव्हता. बोटं नसलेल्या त्या लोकांपेक्षा मला त्या अर्थाचीच जास्त भीती वाटत होती. माझं मन तो अर्थ समजावून घ्यायला धजावत नव्हतं.

डॉ. इंद्रांनी माझ्या खांद्यावरचा हात काढून घेतला. म्हणजेच त्यांनी माझ्यावरच निर्णय सोपवला.

आता एवढा गोंधळ घातल्यावर मी कशी माघार घेणार? मला डॉक्टरांचं म्हणणं पटलं होतं, पण मला आता परत माघारी वळणं जमणार होतं का? माझा स्वाभिमान दुखावला तर जाणार नाही?

म्हणून मी ताबडतोब त्या खोलीतून, त्या दवाखान्यातून बाहेर पडले. अन् पुन्हा एकदा त्याच माझ्या रस्त्यावर आले.

मृत माणूस

"तो मेलाय का?"

भारतीनं तिचं लक्ष, तिकीट विक्रेत्याच्या काउंटरवर आडव्या पडलेल्या माणसांवरनं वळवून मला विचारलं.

"होय, तो मेलाय," मी म्हटलं.

तिनं हुंदका दिल्यासारखं केलं अन् माझ्या मागं उभी राहिली.

दवाखान्यातून मी पळाले त्याला आता एक आठवडा उलटला होता. या आठवड्यात माझ्यातला सगळा चांगुलपणा अगदी आटून गेल्यासारखा वाटत होता. माझाच माझ्यावर विश्वास बसणार नाही, इतका माझ्यात बदल झाला होता. रस्त्यावरच्या भटक्या कुत्र्यांना मला मारावंसं वाटायचं. आंधळ्या भिकाऱ्यांच्या वस्तू चोराव्याशा वाटायच्या, भिंतीवर लटकवलेल्या वस्तू फाडाव्याशा वाटायच्या.

आणि मुख्य म्हणजे भारतीसारख्या क्षुद्र प्रवृत्तीच्या मुलीबरोबर मैत्री करावीशी वाटायची. हे माझ्यातले बदल मलाच आश्चर्यचकित करत होते.

मी आता राहण्यासाठी पूर्वीच्याच सेल्डा स्टेशनची निवड केली होती. यापूर्वीही कोलकात्यात अधूनमधून या ठिकाणी यायची. इथं बरीच मुलं राहायची. इथं झोपायला निर्जन कोपरे होते, भीक मागण्यासाठी प्रवाश्यांची रेलचेल होती अन् त्या प्रवाश्यांनी घाईघाईत जमिनीवर फेकलेलं अन्न खाऊन पोटं भरायचीही सोय होत होती. खरं तर उसनं घेण्यासाठी हे रेल्वेस्टेशन म्हणजे अगदी योग्य ठिकाण होतं. प्रवासाखातर इथं बरीच माणसं येत आणि त्यांच्या वस्तूही इथंच फेकून देत. ते

पाठमोरे असले, तरी त्यांच्या पिशव्या उघड्याच असत.

भारती लहान होती अन् या ठिकाणी तर अगदी नवीन होती. तिला स्वत:ची काळजी स्वत: घ्यायला यायची नाही.

मी तिला पहिल्यांदा पाहिलं तेव्हा ती तिच्या मोठ्या भावाबरोबर होती. तो स्वत: कमावून त्या दोघांचं पोट भरायचा. तो तिला एका ठरावीक ठिकाणी थांबायला सांगायचा म्हणजे तिला शोधणं त्याला सोपं जायचं.

पण तो नेहमी गुंड मुलांच्या संगतीत असायचा. लहान बहिणींनी तिथं जाणं योग्य नव्हतं. तिचा भाऊ जवळपास माझ्याच वयाचा होता.

भारती अधूनमधून माझ्याभोवती घोटाळायची. मला याचं फारसं काही वाटायचं नाही. ती एक नम्र मुलगी होती. आणि मी सांगेन त्यावर तिचा पटकन विश्वास बसायचा. पण ती माझ्याबरोबर कायम राहू शकते, असा तिचा गैरसमज होऊ नये याची मी मात्र सतत काळजी घ्यायची.

''त्याला कुणी ठेवलं तिथं?'' त्या माणसाकडे बघत तिनं विचारलं. तिकीट काउंटरवर तो उताणा पडला होता. आणि त्याच्या डोक्यापासून पायापर्यंत त्यानं चादर पांघरली होती.

हे सगळं मी नेहमी-नेहमी पाहायची. या रेल्वेस्टेशनवर मी स्वत:चा बराचसा वेळ घालवला होता.

''त्यानं स्वत:च ती चादर पांघरून घेतलीय अन् तो तिथं उताणा पडलाय,'' मी म्हटलं.

''त्यानं तसं का केलंय?'' भारतीनं पुन्हा विचारलं.

''तू फारच प्रश्न विचारतेस बुबा,'' मी म्हटलं.

''कारण मला माहीत करून घ्यायचं असतं.''

''आपण मरणार हे त्याला अगोदरच कळलं होतं म्हणून तो तिथं चढला. फरशी धुणारा नोकर त्याचं अंग ओलं करेल, असं त्याला वाटलं. म्हणून तो वर उताणा पडलाय.''

रोज अगदी भल्या पहाटे फरशा धुतल्या जायच्या अन् जो कुणी फरशीवरून उठायचा नाही, त्याच्या अंगावर गार पाणी ओतून त्याला भिजवलं जाई. आणि जरी त्याला भिजवलं नाहीतरी डिसेंबरमधली थंडी त्याला पार गारठवून टाकतेच. म्हणूनच तर मी रोज पहाटे नेमाने

लवकर उठते.

"त्यानं आपल्या तोंडावरून पांघरूण का घेतलंय?"

"मेल्यावर आपण कुणाला दिसू नये, असं त्याला वाटतं म्हणून."

"का दिसू नये असं वाटतं?"

मला आता भारतीचा अन् आमच्या गप्पांचाही कंटाळा येऊ लागला होता.

"कारण जर आपण मेलेल्या व्यक्तीचं तोंड बघितलं, तर त्याचं भूत आपल्या शरीरात शिरतं. माहितीये का?" मला बोलता-बोलता मधेच काहीतरी थाप मारायला आवडायची. कधी-कधी तर मी काय थाप मारेन, हे माझं मलाच कळायचं नाही. ती थाप माझ्या तोंडून आपोआप, नकळत बाहेर पडायची. पण मला याची मजा वाटायची.

मी माझ्या खिशातून गुलाबी नेलपॉलिशची लहान बाटली बाहेर काढली. एकदा रेल्वेस्टेशनवर मी भीक मागत होते. त्यावेळेस रेल्वेत चढणाऱ्या एका बाईच्या पर्समधून मी ती उसनी घेतली होती. खरं तर मला तिची पैशांची पर्स घ्यायची होती. पण नेमकी ऐनवेळी रेल्वे सुरू झाली आणि मग घाईघाईनं माझ्या हाताला लागलेली ही नेलपॉलिशची बाटलीच मला उसनी घ्यावी लागली.

त्या मेलेल्या माणसाला बघण्यासाठी मी मान उंच केली.

तो नक्की मेलेला नसणार याची मला पक्की खात्री होती.

त्याचं नावही मला माहीत होतं – श्री. विश्वास. दिवसा भावाच्या शर्टाच्या दुकानात काम करायचा आणि रात्री तिकीट काउंटरवर झोपायचा. त्याच्या भावाचं दुकान भर बाजारपेठेत होतं. पूर्वी तो आपल्या भावाच्या घरी राहायचा पण त्याच्या वहिनीला ते आवडत नव्हतं. एकदा त्याला हे कळलं आणि मग त्यानं घर सोडलं. आता कुणीही माणूस स्टेशनवर थोडा वेळ देखील उभा राहिलेला दिसला, तरी तो त्यांना आपली कहाणी सांगायला सुरुवात करायचा.

मला त्याच्या वहिनीची दया वाटायची. कारण श्री. विश्वास हा नेहमी चिडलेलाच असायचा. नेहमीच!

"अगं, काय करत्येयस तू हे?" भारती म्हणाली. तिनं माझा दंड धरून मला मागं खेचलं.

मी तिला झटकलं. मला तिच्याशी बोलायचा कंटाळा आला होता.

यामुळे तिच्यापासून सुटका झाली, तर बरंच होईल असं मला वाटत होतं.

मी तिकीट काउंटरवर श्री. विश्वासच्या पायापाशी चढले. त्यानं सबंध अंगावर पांघरून घेतलं होतं. पण पायाची बोटं अजूनही तशीच उघडी राहिली होती.

मी नेलपॉलिशची बाटली चांगली हलवली आणि ब्रशनं त्याची नखं रंगवायला लागले.

त्याच्या बोटांना नेलपॉलिश लावण्यात काही बराच वेळ गेला नाही. ते काम पटकन झालं. हां, जर त्याच्या नखांबरोबर मी त्याच्या टाचाही रंगवल्या असत्या ना तर कदाचित फार वेळ लागला असता; पण मला मात्र ते काम कधी एकदा संपवेन असं झालं होतं.

चला, काम फत्ते. आता नेलपॉलिश वाळलं की झालं. आता मी भारतीकडे वळले.

"अगं तुला एकदा सांगितलं ना, टक लावून बघत जाऊ नकोस म्हणून?" मी हळू आवाजात तिला म्हटलं.

"का नको?"

"नको म्हणजे नको. तूच बघितलंस ना या माणसाला पहिल्यांदा? म्हणजे आता जर तू याच्याकडे टक लावून बघत राहलीस, तर याचा आत्मा तुझा पाठलागच करील. आणि जर त्या आत्म्यानं तुझ्या स्वप्नात येऊन तुला धरून न्यावं अशी तुझी इच्छा असेल तर...."

"नाही, नाही, आता मी काय करू?"

"काहीही करू नकोस. फक्त तीन वेळा स्वत:भोवती गिरक्या घे, नंतर त्याच्याकडे बघून मोठ्यानं भरभर तीन वेळा टाळ्या वाजव आणि जोरात ओरड – 'क्का!' जमेल का तुला?" तिनं मान डोलावली.

आता खूप गंमतच गंमत येणार होती.

"चल करून दाखव बघू. मी आहेच तुझ्याबरोबर," मी म्हटलं.

मी तिला तीन वेळा गिरक्या घेऊ दिल्या आणि मग तिला श्री. विश्वास यांच्यासमोर उभं केलं. आता मी तिथून पळून एका पोस्टाच्या मागं जाऊन लपले.

तिनं तीन वेळा टाळ्या वाजवल्या. आणि छाती फुटेस्तोवर जोरात किंचाळली. "क्का!" पण यामुळे श्री. विश्वास इतका दचकला की, तो

काउंटरवरून खालीच पडला. भारती किंचाळली अन् रेल्वेस्टेशनच्या बाहेर पळाली.

श्री. विश्वासनं स्वतःला सावरलं अन् तो उठून उभा राहिला. तो इतका भेदरला होता की भारतीचा पाठलाग करण्याचं त्याला समजलंच नाही. पण त्यानं आपल्या रंगवलेल्या गुलाबी नखांकडे बघितलं.

मी मात्र मोठमोठ्यानं हसत होते. पण त्या हसण्यात आनंद नव्हता. अत्यंत नीचपणानं भरलेलं हसू होतं ते.

श्री. विश्वास दात-ओठ खात माझ्यावर धावून आलाच. तो खूप चिडला होता. पण मी फाटकावरून उडी मारून रेल्वेरूळाच्या दिशेनं पळाले.

तो माझा पाठलाग करणार नाही, याची मला पुरेपूर खात्री होती. कारण तसं करण्याइतपत तो तरुण नव्हता.

मला पळता पळताच हसू येत होतं. शेवटी मी भारतीच्या भावाला जाऊन धडकलेच. तो गुंड मुलांच्या घोळक्यात होता. एक डझनभर तरी मुलं तिथं होती. अगदी गुंडागर्दी करण्याच्याच तयारीत दिसत होती. आपल्या अशक्त छातीवर हाताची घडी घालून अगदी मवाल्यासारखे ते उभे होते. त्यांचे कपडे फाटलेले होते. भारतीनं आपल्या भावाच्या कंबरेला घट्ट आवळून धरलं होतं आणि अजूनही ती रडतच होती.

"माझ्या बहिणीला रडवलंस तू," तो म्हणाला.

"तुझी बहीण आणि तू देखील जरा काही झालं की लगेच रडता," मी त्याला चिडवण्यासाठी मुद्दाम म्हटलं.

"ए, मी अजिबात रडत नाही."

"खरं मी तुला एकदा रात्री रडताना पाहिलंय. 'माझी आई कुठंय? मला माझी आई पाहिजे.' असं म्हणून तू रडत होतास. तेव्हा मला वाटलं की, भारतीला एक भाऊ नाहीये, बहीणच आहे. रडूबाई कुठला." मी त्या गुंड अन् मवाली मुलांकडे बघितलं. "अरे मुलांनो, तुम्हाला माहितीये का की, तुमच्यामध्ये एक रडूबाई मुलगा आहे."

पुरुषांना, मुलींनी त्यांना हसलेलं चालत नाही, म्हणे. त्यांना त्याचा खूप राग येतो. भारतीच्या भावालाही आता खूप राग आला होता. त्याचे मित्रही त्याच्याकडे बघून कपाळाला आठ्या घालत होते. त्यांना आपल्या गटात असला रडतराऊ मुलगा नको होता.

मी धूम ठोकली.

रेल्वेस्टेशनमधून बाहेर पडण्यासाठी बरेच रस्ते होते. आणि मुलं जोरात पळू शकतात, हे ही मला माहीत होतं. आता काहीही करून मला माझं डोकं चालवायलाच लागणार.

बाहेर पडण्यासाठी मी एका बाजूचाच रस्ता पकडला. मी एकाच वेळेस, एकाच ढांगेत २-२ पायऱ्या उतरत पार्किंगमध्ये प्रवेश केला.

ती मुलं अजूनही माझा पाठलाग करत होतीच, त्यामुळे मला थांबून चालणार नव्हतंच. उड्डाण पुलाखाली बाजार भरण्याची जागा होती. त्या जागेत मी घुसले.

तिथं बराच काळोख होता. अजून सूर्योदय व्हायला बराच अवकाश होता. बल्बच्या प्रकाशात सावल्या पडत होत्या. पण त्यामुळे डोळे ताणून बघितलं, तरी समोरचं काहीच दिसत नव्हतं. त्या बल्बमुळे समोरचं दिसायला मदत होण्यापेक्षा अडथळाच येत होता.

इथून-तिथून सगळीकडे माणसंच माणसं झोपली होती – गाड्यांवर, स्टॉलच्या बाजूला, फुटपाथवर माणसंच माणसं. कितीतरी जणांना ओलांडत मी आता अगदी जवळ पोहोचले होते.

ती मुलं अजूनही पळतच होती. त्या अरुंद गल्लीबोळात कुणालाही त्रास न देता मी सहजपणे तिथून निसटू शकत होते, पण ती मुलं तेवढी कुठली नशीबवान असायला? त्यांना केवळ मला पकडायचं होतं. त्यामुळे त्या नादात किती जणांची आपल्यामुळे झोपमोड होत्येय, याकडे त्याचं लक्षच नव्हतं.

अर्थातच, लोकांची त्यांच्यामुळे झोपमोड होत होती, ते तुडवले जात होते.

त्यामुळे लोक ओरडत होते, कण्हत होते. आता मी पळताना थोडा वेळ थांबून मागं वळून बघितलं. तर काय; काही मुलं खांब आणि फळाच्या स्टॉलचा तंबू यांच्यामध्ये अडकली होती. झोपमोड झाल्यामुळे चिडलेली माणसं त्यांना मारत होती. मला हे लांबूनही दिसू शकत होतं. तेवढा प्रकाश तिथं होता.

मी अंधारातल्या सावलीत उभी होते. त्यामुळे मला ते सगळे दिसत होते. पण त्यांना मी दिसत नव्हते.

त्या माणसांच्या चेहऱ्यावरचा राग अगदी स्पष्टपणे मला दिसत

होता. लहान मुलांचं रडणंही ऐकू येत होतं. मी उभी राहून सारं काही निमूटपणे ऐकत होते, पाहत होते.

जमिनीवर सगळीकडे फळंच फळं पडली होती. एक कलिंगड तर माझ्या पायाच्या घोट्यालाच येऊन आदळलं होतं. मी ते उचललं. छातीशी घट्ट धरलं आणि चालायला लागले.

कोलकाता शांत होतं. रहदारीचा गोंगाट नसल्यामुळे मुलांच्या रडण्याचा अन् किंचाळण्याचा आवाज येत होता. माझ्या कानात तर तो आवाज नंतरही बराच वेळपर्यंत घुमत राहिला.

बो बझारच्या समोरच्या रस्त्यावरून बिधान सरानीपर्यंत कलिंगड छातीशी धरून मी चालतच राहिले. तिथं बरीचशी कॉलेजेस होती. मी एका पुस्तक दुकानांच्या गल्लीत शिरले. एका फरशीवर बसले आणि फुटपाथवर आदळून मी ते कलिंगड फोडलं.

पण ते कच्चं आणि कडू निघालं. पण तरीही मी ते खाल्लं. खाताना त्याचा रस माझ्या कुर्त्यावर ओघळत होता आणि त्यामुळे माझा कुर्ता सगळा चिकट बनला.

त्यामुळे काय फरक पडतो? नाहीतरी कशानं तरी काय होतं?

मलाही एक संधी मिळाली होती, पण मी ती आता गमावली.

त्या कलिंगडानं माझं पोट भरलं पण नंतर ते फारच दुखायला लागलं. पण कितीही खाल्लं तरी माझं समाधान होईना.

शेवटी मी ते गटारीत फेकलं. काय करावं? माझं कशातच मन रमत नव्हतं.

पिझ्झा

मी तिथून उठून दुसऱ्या ठिकाणी गेले. आणि तिथंही जाऊन नुसती बसून राहिले.

पुस्तकांच्या गल्लीत मला जरा बरं वाटत होतं. त्या गल्लीत डझनावारी पुस्तकांची दुकानं आणि हजारो पुस्तकं होती. संस्कृतमधली काही जुनी पुस्तकं, इंग्रजीतली नवीन पुस्तकं आणि हिंदी, जर्मन व फ्रेंच भाषेतली कितीतरी पाठ्यपुस्तकं तिथं होती. तिथं म्हणे अनेक प्रकारचे लोक कधी केवळ पुस्तकं चाळायला, तर कधी विकत घ्यायला येतात. गायब होऊन मी त्यांच्या गर्दीत भटकू शकते आणि त्यांचं बोलणंही ऐकू शकते. मला ते काय बोलतात हे जरी थोडंसं समजत नसलं तरी मला तसं करायला खूप आवडतं. केवळ त्या गर्दीच्या आसपास राहिल्यानं देखील, आपण कुणीतरी महत्त्वाची व्यक्ती आहोत, असं उगीचच वाटू लागतं.

पण आज सकाळी-सकाळी मला या पुस्तकांच्या गल्लीत आल्यावर काय झालं होतं कुणास ठाऊक? खूपच अस्वस्थ वाटत होतं.

डॉ. इंद्रांनी माझ्या पायाला जे पांढरं शुभ्र बँडेज बांधलं होतं, ते आता पार मळून काळं पडलं होतं. अन् माझ्या घोट्याला लोंबकळत होतं. मी ती बँडेजची पट्टी पुन्हा व्यवस्थित करून हातांनीच चिकटवायचा प्रयत्न केला; पण काहीच उपयोग झाला नाही.

मला पुन्हा स्वच्छ बँडेज बांधायला हवं होतं.

पण मला त्याहीपेक्षा काहीतरी जास्त हवं होतं.

मला डॉ. इंद्रांसारखं बनायचं होतं. मला सगळ्या गोष्टींची माहिती

करून घ्यायची होती आणि इतरांनाही ती सांगायची होती. इतरांनी माझं म्हणणं ऐकावं असंही वाटत होतं. एखादी वस्तू जादा पैसे देऊन विकत घ्यावीशी वाटली तर तेवढ्या पैशांनी भरलेली पर्स माझ्याकडे असावी असं वाटत होतं. एखाद्या टॅक्सी किंवा टुकटुकला थांबवून, मला हवं तिथं घेऊन जायला त्या ड्रायव्हरला मी सांगितलं, तर त्याचं भाडंही मला परवडायला हवं. माझ्याकडची ओढणी फाडून दुसऱ्यांना ती द्यायची वेळ आलीच तर मागचा पुढचा कोणताही विचार न करता मला ती ओढणी दुसऱ्यांना देता यावी यासाठी माझ्याकडे भरपूर ओढण्या मला हव्या होत्या.

पण मला माहित्येय की, असं कधीही घडणार नाही. कसं घडेल? मी तर कुणीच नाही. आता तर मी कोळसे गोळा करणारी मुलगीही राहिलेली नाही.

बँडेज चिकटवण्यासाठी मी पुन्हा एकदा प्रयत्न करून बघितला. पण व्यर्थ. शेवटी मला त्या प्रयत्नांचाही कंटाळा आला. म्हणून मग मी ते शेवटी फाडलंच. ते ओढून बाजूला केलं, त्याचा एक बोळा केला आणि सर्व ताकदीनिशी तो जोरात लांबवर फेकला.

तो बोळा फुटपाथवर पडतो न् पडतो तोच, तिथूनच जाणाऱ्या एका कचरा गोळा करणाऱ्यानं ते उचललं आणि आपल्या पिशवीत टाकलं. त्याची ती कचऱ्याची पिशवी तो आपल्या मागून फरफटत नेत होता. ती पिशवी त्याच्याहीपेक्षा मोठी वाटत होती. चालता-चालता ती कशात तरी अडकली असावी. त्यामुळे तो खाली वाकला, आपली पिशवी त्यातून सोडवली आणि तो पुन्हा सावकाशपणे चालू लागला.

मीही त्याच्या मागून चालायला लागले. मला थोड्यावेळापुरती का होईना कुणाची तरी सोबत हवी होती.

पण मला नंतर असं जाणवलं की, बहुतेक त्याला कुणाची गरज नाहीये. म्हणून मग मी त्याला एकट्याला सोडून दिलं.

मी फुटपाथवरून खाली उतरले, पुस्तकांच्या गल्लीतल्या रस्त्यानं बिधान सरानी रोडवर येऊन पोहोचले.

रहदारी वाढत होती. माझ्या मागून एक ट्रक अगदी सावकाश पुढे चालला होता. मी त्या ट्रकच्या बंपरलाच पकडलं आणि त्याला लोंबकळत राहिले. नंतर सावकाशपणे त्या ट्रकच्या मागच्या बाजूला

असलेल्या गवताच्या पेंढ्यांच्या ढिगाऱ्यात दबा धरून बसले आणि ट्रक जसा जोरात रस्त्यावरून निघाला, तसा मी श्वास रोखून धरला.

त्या ट्रकच्या मागून येणाऱ्या मोटारवाल्यांच्या हॉर्नमुळे आणि त्यांच्या आरडाओरड्यामुळे त्या ट्रक ड्रायव्हरला कळलं की, मी त्याच्या ट्रकमधून फुकट प्रवास करते आहे. त्यानं लगेच आपला ट्रक थांबवला आणि तो खाली उतरून ट्रकच्या पाठीमागे आला. त्यानं मला पाहिल्याबरोबर माझ्यावर ओरडायला सुरुवात केली आणि मला ट्रकमधून खाली उतरायला सांगितलं. मी देखील त्याला ओरडले आणि मगच त्याच्या ट्रकमधून खाली उतरले. मी आता रस्ता ओलांडून पलीकडच्या गर्दीत जाऊन मिसळले. माझ्या जवळून एक बस जात होती. मी तिला लोंबकळून थोडा वेळ प्रवास केला, नंतर ती थांबल्यावर एका टुकटुकला लोंबकळून प्रवास केला आणि तीही थांबल्यावर एका ट्रकला लोंबकळून प्रवास केला.

पण मी पुढे-पुढे जात राहिले. मी कुठे जातेय याचा देखील मी विचार करत नव्हते.

असेच कितीतरी तास गेले. माझा प्रवास सुरूच होता.

शेवटी माझं मन एकदाचं ताळ्यावर आलं आणि मला भूक लागल्याची जाणीव झाली. जेव्हा मला भुकेची जाणीव झाली तेव्हा मी ट्रकमधून प्रवास करत होते. तो उसानं भरलेला ट्रक एका ठिकाणी थांबला आणि मी ट्रकमधून खाली उडी मारली.

रस्त्याच्या कडेलाच न्यू बंगाल शॉपिंग मॉल होता. खूपच प्रशस्त आणि रंगीबेरंगी वस्तूंनी सजवलेला. त्याचं प्रवेशद्वारही फुलांच्या कुंड्यांनी सुशोभित केलं होतं. मी विचार केला की, मला आतमध्ये जायला मिळालं, तर तिथे काहीतरी खायलाही मिळेल. कारण इथल्या कचराकुंड्या नेहमी खाद्यपदार्थांनी भरलेल्या दिसत असतात.

पण माझ्यापुढे एक मोठा पेच होता. आत जायचं तर फाटक ओलांडावं लागणार होतं आणि फाटकापाशी तर पहारेकरी बसला होता. काय करायचं?

मी जरा कानोसा घ्यायचं ठरवलं. सगळ्याच पहारेकऱ्यांना आपलं काम करायला आवडतंच असं नाही ना? सगळेच पहारेकरी प्रामाणिकपणे आपलं काम करतात, असं कुठंय? काही जण तर नुसते विड्या फुंकत

बसलेले असतात नाहीतर झोपा काढत असतात.

मी फाटकाच्या जरा आत गेले आणि उगीचच इकडेतिकडे रेंगाळत राहिले. पण असं करताना त्या पहारेकऱ्याच्या हे लक्षात येणार नाही, याची मी पुरेपूर काळजी घेत होते. जणू मी तर गायबच झाले होते.

फाटकापासून थोड्याच अंतरावर असलेल्या पायऱ्यांवर मी बसले. आणि तिथूनच त्या पहारेकऱ्यांवर नजर ठेवू लागले. ते पहारेकरी कोणत्या प्रकारात मोडतात याचंही मी निरीक्षण करत होते. तेवढ्यात काही बायकांचा घोळका अगदी हसत-खिदळत त्या फाटकापाशी आलाच. त्यांच्या पायात उंच टाचेच्या चपला होत्या, अंगावर छान-छान साड्या अन् भरपूर दागदागिने होते.

त्या पहारेकऱ्यानं या बायकांना तिथं फाटकापाशीच अडवलं.

"आम्हाला तुमच्या पर्सेस दाखवा. आम्ही त्या तपासणार आहोत," त्या सगळ्याच बायकांकडे मोठमोठ्या पर्सेस होत्या.

आता त्या बायकांनी वाद घालायला सुरुवात केली. "तुम्हाला आमच्या पर्सेस तपासायचा काही एक अधिकार नाही. का म्हणून आम्ही तुम्हाला आमच्या पर्सेस दाखवायच्या?"

"माफ करा मॅडम, पण आम्हाला तुमच्या पर्सेस तपासाव्याच लागतील."

"पण का म्हणून? आम्ही काय तुम्हाला अतिरेकी वाटलो, आमच्याजवळ बॉंब असायला?"

त्या बायका वाद घालतच राहिल्या; पण पहारेकरीही आपला हट्ट सोडायला तयार नव्हते.

भरपूर आदळआपट केल्यावर अन् पहारेकऱ्यांनी गोळ्या घालून ठार मारायची धमकी दिल्यावर मग कुठे त्या आपल्या पर्सेस दाखवायला तयार झाल्या. पहारेकरी पर्सेस तपासत असताना त्या सर्व बायका त्यांच्या भोवती गराडा घालून उभ्या राहिल्या.

माझ्यासाठी हीच योग्य संधी होती. मी आता पुढे झाले.

पायऱ्या चढून त्या बायकांच्या आडोशाने फाटकातून आत शिरले.

मॉलमध्ये नेहमी वर्दळ असते. हा साध्या बाजारपेठेपेक्षा खूपच निराळा असतो, जिथं प्रत्येक गोष्ट कशी कोंबल्यासारखी वाटत असते. बाजारपेठा जिवंत वाटतात. कर्कशपणे ओरडणाऱ्या कोंबड्या आणि

कोलकाता शहराबाहेर असलेल्या शेतातून ताज्या-ताज्या तोडलेल्या भाज्या हे व्यापारी विकत असतात. या भाज्या पहाटेच्या रेल्वेनं शहरात आणलेल्या असतात. फुलं, शेण यांचा वास, पकोड्यांचा तळकट वास आणि कापलेल्या मटणाचा वास एकमेकांत मिसळून एक वेगळ्याच प्रकारचा वास या बाजारपेठांमध्ये भरून राहिलेला असतो. इथं फक्त दोनच गोष्टी असतात. गोंगाट आणि घाम. आणि जेव्हा पाऊस पडतो ना, तेव्हा तर विचारूच नका. नुसती दलदल माजलेली असते.

पण मॉलमध्ये मात्र असं काही नसतं. एकदम वेगळं चित्र असतं. या मॉलमध्ये तर अतिशय स्वच्छ असे प्रशस्त अंतर्गत मार्ग होते. जमिनीवर कचऱ्याची एक काडी नव्हती. वातावरणही थंड अन् स्वच्छ होतं. जिवंत प्राणी तर बघायला देखील मिळत नव्हते. काचांच्या तावदानामागे मात्र दागिने, कपडे, भांडी व्यवस्थित मांडलेली होती. तिथं खरेदीसाठी आलेल्या स्त्रियांच्या परफ्युमचा वास सोडला, तर इतर कोणताही वास येत नव्हता.

एकाच ठिकाणी खाण्याचे पदार्थ मिळत होते. पाठीमागच्या बाजूला कचराकुंड्या होत्या. पण मला आता त्यात टाकलेले अन्न नको होतं.

थोड्या पायऱ्या चढून मी एका खोलीत प्रवेश केला. तिथं सगळीकडे टेबल्स मांडलेली होती. सुंदर प्रकाश होता अन् संगीतही वाजत होतं. त्या खोलीच्या सभोवती छोटे-छोटे भटारखानेही होते. काही जण तिथल्या स्टॉलवर जाऊन पिझ्झा, सँडविच, चायनीज किंवा इतर शाकाहारी पदार्थ विकत घेत होते. मोठमोठ्या प्लॅस्टिकच्या ग्लासमध्ये बर्फाचे तुकडे टाकून त्यावर कोक आणि संत्र्याचा फेसाळणारा ज्यूस ओतला जात होता.

एका प्लॅस्टिक रोपट्याच्या आडोशाला बसून मी डोळे नीट उघडे ठेवून सगळं निरीक्षण करत होते. इथे पहारेकरी होते तसेच टेबल स्वच्छ करणारे वेटरही होते. गिऱ्हाईक टेबलावरून उठल्या-उठल्या ते त्यानं टाकलेलं उष्टं अन्न आणि खरकटं उचलून टेबल स्वच्छ करत होते.

माझ्या बाजूलाच एक कुटुंब जेवत होतं.

''संपव तुझा पिझ्झा,'' वडील म्हणाले.

''मला नकोय तो, मला हॉटडॉग हवाय,'' तो लहान मुलगा कुरकुरत म्हणाला.

“पण तूच तर पिझ्झा पाहिजे म्हणालास ना?”

“हॉटडॉग पाहिजे असं म्हणालो होतो.”

“मला तर हॉटडॉग बघवत देखील नाही,” आई म्हणाली.

“तुला पिझ्झाच आवडतो, मला माहितीये. संपव तो तुझा पिझ्झा.”

“नाही मी संपवणार.”

“आणि ते कोकही संपव. आपण कधीही काही ताटात टाकत नाही.”

वाद सुरू झाला. ते एकमेकांशी इतर गोष्टींवर वादही घालत होते आणि मुलाला पिझ्झा खायचा आग्रहही करत होते.

“आपण दर आठवड्याला तुझ्या भावाच्या घरी जातो. एखादे वेळेस गेलो नाही तर नाही का चालणार?”

“मी तुमच्यासाठीच सगळं काही सहन करते. तुम्ही माझ्यासाठी एवढं पण नाही का करू शकत?”

त्यांचं हे बोलणं ऐकून माझं डोकं ठणठणायला लागलं. मला तिथून निघून जावंसं वाटत होतं. पण मला त्याचं अन्न हवं होतं. पोटात भुकेनं कावळे ओरडत होते.

आता मी माझी खास जादू त्यांच्यावर वापरायची ठरवली. मला हव्या तशा घटना, गोष्टी मी घडवून आणू शकते ना!

मी हळू आवाजात त्यांना तिथून उठून जायला सांगितलं.

ते अन्न इथं टेबलावरच सोडून तुम्ही सगळे इथून निघून जा.

अरे, पण हे काय? माझी जादू यशस्वी का होत नाहीये? ते तसेच अजून

कसे काय बसून आहेत?

मी यापूर्वी कधी बरं जेवले होते? मी आठवायचा प्रयत्न करत होते. ते मी खाल्लेलं कच्चं कलिंगड म्हणजे काही जेवण नव्हतं. मग कधी बरं जेवले होते मी? हां, आठवलं. परवा. परवा जेवले होते मी. सदर स्ट्रीटवरच्या एका प्रवाशानं काही रुपये मला भीक म्हणून दिले होते. आणि मी ते सगळे जेवणासाठीच खर्च करून टाकले होते.

“तू शाळेत जायला हवंस,” ते मला म्हणाले आणि मग मला पैसे द्यायचे की नाही, यावर त्यांच्यात वाद झाला होता. “अरे, असं केल्यानं उलट त्यांचं फावतंच.त्यापेक्षा आपण हे समाजसेवी संस्थांना

देणगी म्हणून द्यायला हवेत,'' एक प्रवासी म्हणाला.

''आपण खरेदीला जायला हवं. जेव्हा अर्थव्यवस्था मजबूत असते, तेव्हा सगळ्यांचंच म्हणणं बरोबर असतं.'' दुसरा म्हणाला.

त्याचं बोलणं सुरू होतं आणि मी त्यांच्यासमोर हात पसरून तशीच उभी होते. त्या प्रवाशाच्या हातातली पाच रुपयांची नोट हिसकावून घ्यायचा मोह मला अगदी अनावर होत होता. त्यामुळे त्याचं ते रटाळवाणं बोलणं ऐकायचा त्रास तरी निदान वाचणार होता. पण असे पैसे हिसकावून घेतलेलं प्रवाशांना चालत नाही, म्हणे. एकदा असंच एक मुलगा पैसे हिसकावून घेत होता. तर या प्रवाशांनी त्याला पकडलं आणि सेलफोनवरून पोलिसांनाही बोलावलं. पूर्वी तो इंडियन वस्तुसंग्रहालयाच्या बाहेर भीक मागताना नेहमी दिसायचा; पण या घटनेनंतर मात्र तो मला परत कधीच दिसला नाही.

मी पुन्हा एकदा प्रयत्न करून बघायचं ठरवलं. जा टेबलावरचं अन्न तिथंच सोडून निघून जा.

''मला आइस्क्रीम पाहिजे!''

''तू त्याला नीट वळण का लावत नाहीस? आपण बाहेर गेलो की तो असाच हट्ट करतो. तुझा कोक संपव आधी.''

''मित्रांबरोबर हिंडण्यापेक्षा तुम्ही जरा घरात लक्ष घातलंत, तर अधिक बरं होईल.''

''चल निघू या. तुला पिझ्झा नकोच ना? मग राहू दे तसाच.''

''आइस्क्रीम!''

''आता तुला आइस्क्रीमच काय, दुसरं काहीही मिळणार नाही.''

त्या मुलानं किंचाळायला सुरुवात केली आणि मोठ्यानं भोकाड पसरलं. पण ते सगळे उठले. इतर गिऱ्हाइकांचं या भोकाड पसरण्याकडं लक्ष गेलं.

मी जलद हालचाली केल्या.

एका हातानं पिझ्झा गुंडाळला आणि नेलपॉलिशची बाटली असलेल्या खिशात कोंबला. दुसऱ्या हातानं आईच्या ताटातली बटाट्याची भाजी, डाळ, टोमॅटोची चटणी अन् थोडसे काकडीचे काप तोंडात कोंबले. पराठ्याच्या तुकड्यांवर झडप घातली अन् उरलासुरला थंडगार कोकही एका दमात पिऊन टाकला आणि हे सगळं करून तो पहारेकरी मला

पकडायच्या आत मी तिथून निसटले देखील.

कोक अगदी माझ्या गळ्यापर्यंत आला. मी एक मोठा ढेकर दिला. मला तर खूप मजा वाटत होती. इतर गिऱ्हाइकांना काय वाटत होतं, याची फिकीर करायचं मला काय कारण?

मॉलमध्ये हिंडत हिंडतच मी पराठा खाऊन संपवला. पोटात अन्न गेल्यावर किती फरक पडतो नाही? आता मी आजूबाजूला बघत, मजा करत त्या थंड अन् स्वच्छ वातावरणात माझा वेळ घालवू शकत होते. नाहीतर उपाशी असताना मी असं करू शकले असते का?

''ख्रिसमसच्या खरेदीला फक्त चार दिवसांचा वेळ आहे.'' एक तरुण चपलांच्या दुकानाच्या बाहेर उभा राहून ओरडत होता. आणि लोकांनी त्याच्या दुकानातून चपला खरेदी कराव्यात यासाठी त्यांना आग्रहही करत होता.

मी अजूनही त्या मॉलमध्येच फिरत होते. मला सारखा खिशातला पिझ्झा खाण्याचा मोह होत होता; पण मी तो विचार बळजबरीनं डोक्यातून काढायचा प्रयत्न करत होते. माझं पोट अजूनही पुरतं भरलेलं नव्हतं; पण सगळं अन्न आत्ताच संपवून कसं चालणार? भविष्याचाही विचार करायला पाहिजे. थोड्या वेळानं भूक लागली तर खायला काहीतरी अन्न जवळ ठेवायला नको का?

मी एका पुस्तक दुकानासमोर थांबले. त्या दुकानाच्या खिडकीत मधोमध कापलेले मानवी शरीराचे एक चित्र होते. त्या शरीराच्या अर्ध्या भागात हाडे दाखवली होती अन् उरलेला अर्धा भाग स्नायूंनी भरलेला होता. दवाखान्यात डॉ. इंद्रांनी मला जे चित्र दाखवलं होतं, त्याच्यासारखाच हेही चित्र दिसत होतं.

त्या चित्राच्या समोर काच होती. त्या चित्रातल्या हृदयाच्या समोरच्या काचेला मी हात लावला आणि दुसऱ्या हातानं माझ्या हृदयाला स्पर्श केला.

माझ्या हृदयाचे ठोके मला जाणवले. स्टेथेस्कोपमधून ते कसे ऐकू येत होते ते मला आठवलं.

हृदयापासून निघालेल्या लाल रेषा सबंध शरीरभर पसरल्या होत्या. डॉ. इंद्रांनी माझ्या दंडातलं सुंदर रक्त जिथून काढून घेतलं होतं, तिथं देखील त्या रेषा गेल्या होत्या. म्हणजे रक्त हृदयातून येतं तर. ते तिथंच

तयार होत असतं का? मग तिथून ते कुठे जातं?

मी हे शोधण्यासाठी त्या चित्राकडे अगदी टक लावून पाहत राहिले.

"ए, चल, चालती हो इथून."

त्या पुस्तकाच्या दुकानातला सुरक्षारक्षक मला हाकलून लावत होता.

"चल, चालती हो. इथं तुझं काय काम आहे?" तो म्हणाला.

"मी आतमध्ये बघते आहे. तू पण तेच करतोयस," मी त्याला म्हटलं.

"हो. पण पैसे आहेत का तुझ्याकडे? नाहीत ना? मग तुझं इथं काय काम?"

"हे बघ, माझ्याकडे भरपूर पैसे आहेत," पिझ्झानं टम्म फुगलेला खिसा त्याला दाखवत मी म्हटलं. "आणि मला..." काय म्हणावं ते मला सुचेना. "मला बायोलॉजीचं (जीवशास्त्राचं) पुस्तक विकत घ्यायचंय."

मी त्या सुरक्षारक्षकाला तिथंच सोडलं आणि दुकानात पाऊल टाकलं.

मी काही त्या दुकानात जास्त आत गेले नसेन तोच मॅनेजरचा आवाज आला, "चल निघ इथून. तुझे घाणेरडे हात त्या पुस्तकांना लावशील तर याद राख. चल म्हटलं ना. तुला काहीही मिळणार नाही इथं," अन् तो आता त्या सुरक्षारक्षकाकडे वळला. त्याला दरडावत म्हणाला, "जर अशा लोकांना तू दुकानात पाऊल टाकू दिलंस तर याद राख, तुलाच गोळ्या घालीन."

तो सुरक्षारक्षक मला पकडायचा प्रयत्न करू लागला. पण मीच स्वतःहून तिथून बाहेर पडले.

मी वेडी झाले होते. खरं म्हणजे माझ्याकडे पैसे नाहीत, हे त्यांना कळलंच कसं? माझ्या खिशात काय आहे हे त्यांना दिसत होतं की काय? आपल्या पर्सेस तपासू नयेत असं वाटणाऱ्या त्या श्रीमंत बायकांकडे होते, तेवढे पैसे माझ्याकडेही असते तर! किती बरं झालं असतं!

तेवढ्यात मला एका खिडकीच्या काचेत माझं स्वतःचं प्रतिबिंब दिसलं. मी आत्तापर्यंत खिडकीच्या काचेतून आत पाहत होते. म्हणून ते माझ्या एवढ्या वेळेपर्यंत लक्षात आलं नव्हतं.

पण आता ते मला दिसत होतं. शी! किती घाण दिसत होते मी! मी नदीपासून लांब राहायचा प्रयत्न करत होते, कारण मी नदीत पोहायला गेले, तर कदाचित डॉ. इंद्रा मला परत तिथं भेटतील, अशी भीती मला वाटत होती. माझा कुर्ता तर फाटलेलाही होता अन् मळलेलाही. केस बांधलेले होते पण त्यात खूप गुंताही झाला होता. मी माझं डोकं नेहमी खाजवत असते, कारण रात्री त्यात अनेक मुंग्या फिरत असतात. असं खाजवल्यानंच माझ्या डोक्याचं डबोलं झालं होतं. आणि शिवाय वारा आणि हे असलं जीवन होतंच; माझ्या केसांची उरलीसुरली वाट लावायला.

त्यामुळे मला वाटलं त्या पुस्तक दुकानदाराचं बरोबरच होतं. पुस्तकं माझ्यासाठी नाहीतच. त्या मॉलमध्ये असलेल्या इतर माणसांसारखी मी कदाचित दिसत नव्हते. बहुधा माझ्या त्वचेखाली इतरांपेक्षा जास्त घाण असली पाहिजे.

मी मॉलमधून बाहेर पडले.

फाटकावरच्या सुरक्षारक्षकाला चुकवून मी बाहेर पडत होतेच; पण तेवढ्यात त्यानं मला पाहिलंच. आणि तो ओरडला, ''ए, तू आत कशी काय गेलीस? चल निघ इथून.'' मी तिथल्या पायऱ्यांवर बसत होते, पण मला त्यांनी तिथूनही हाकललं.

म्हणून मी रस्त्याच्या बाजूला असलेल्या फुटपाथवर बसले. आता इथून तर ते मला हाकलू शकत नाहीत ना?

पण काहीही झालं तरी मला छान वाटत नव्हतं.

पाय

दवाखाना सोडल्यापासून जी गोष्ट करायची मी सतत टाळत आले होते, तीच गोष्ट आता मी करावी, असं अगदी प्रकर्षानं वाटू लागलं.

मला माझे पाय बघावेसे वाटू लागले. मी बघितलं की, माझ्या पायांवर घाणीचे थरच्या थर चढलेले होते म्हणजे ते अत्यंत किळसवाणे दिसत असणार.

पायांच्या कडांना आणि तळव्यांना तर अतिशय घाणेरड्या जखमा झाल्या होत्या. भाजल्यामुळे त्यांना हिरव्या रंगाचे फोड अन् मोठे फुगवटेही आले होते. खरचटल्यामुळे अन् पायात काचा घुसल्यामुळे त्यांना जखमा झाल्या होत्या. आज सकाळी सकाळीच मी कुठेतरी धडपडल्यामुळे त्यांना मुका मारही बसला होता. आणि ट्रकच्या पाठीमागे बसल्यामुळे हादऱ्यानं धक्केही बसले होते.

अन् त्यांना दुर्गंधीही येत होती. रस्त्यावरच्या साध्या घाणीची दुर्गंधी येते तशी नव्हे, तर त्यापेक्षाही जास्त. तीन दिवसांपासून रस्त्यावर मरून पडलेल्या अन् कुजलेल्या कुत्र्याची दुर्गंधी येते ना अगदी तशी दुर्गंधी त्यांना येत होती.

माझ्याजवळून जाणाऱ्या लोकांच्या पायांकडे मी बघितलं. मी जमिनीजवळच असल्यामुळे त्या सगळ्यांचे पाय मला अगदी व्यवस्थित दिसत होते. उंच टाचेतले पाय, आर्मी बुटातले पाय, अनवाणी पाय, कॅनव्हास बुटातले पाय, मॉलमध्ये जाण्यासाठी उतावीळ झालेल्या लहान मुलांचे बागडणारे पाय अन् हातगाडी ओढणाऱ्या कामगारांचे थकलेले पाय.

यामुळे जास्तीतजास्त वाईट काय घडू शकेल? माझे पाय तुटून तर पडणार नाहीत ना? मग त्यांना जखमा झाल्या अगर त्यांना दुर्गंधी येते म्हणून बिघडलं कुठं? आणि पायाला दुर्गंधी येते म्हणून आत्तापर्यंत कुणी मेलेलं तर नाही ना?

मेलंय का? मला माहीत नाही.

"मला काहीही माहीत नाही." मी मोठ्यानं ओरडले.

मी परत झरियाला गेले तर! मी तिथं गेले तर अजूनही कोळसे गोळा करू शकेन. माझी मावशी नसलेल्या स्त्रीबरोबर राहू शकेन. शरीरात रक्त कसं तयार होतं किंवा एखाद्याला मरण कसं येतं, या गोष्टी मला माहीत नसल्या तरी त्यामुळे इतका काय फरक पडणार आहे? मला जमिनीवरचे कोळसे उचलून पिशवीत भरता येतात ना? मग झालं तर. तिथे कितीतरी माणसं हेच काम करून आपलं आयुष्य काढताहेत.

"चल निघ इथून."

तो पहारेकरी माझ्यावरच गुरगुरत असणार असं मला वाटलं. जरी तो मॉलमधला एक सामान्य पहारेकरी असला आणि फुटपाथवर कुणी बसायचं, कुणी बसायचं नाही हे त्याच्या मर्जीवर अवलंबून नसलं तरी याबाबतीत मी त्याच्याशी वाद घालू शकेन की नाही याची माझी मलाच खात्री नव्हती. काही झालं तरी जर त्याला मला मारावंसं वाटलं तर कुणी त्याला रोखू शकणार होतं का?

"अहो, माझ्या बाळासाठी मला एक रुपया द्याल का हो?"

आवाज अगदी हळू आला पण रस्त्यावर रहदारी काहीच नसल्यामुळे मला तिचं बोलणं ऐकता आलं.

मी वर पाहिलं.

फाटक्या, मळलेल्या साडीत एक अशक्त स्त्री सावकाश पायऱ्या चढून वर येत होती. फाटकाजवळ उभ्या असलेल्या पहारेकऱ्यांच्या दिशेनंच ती निघाली होती. तिच्या खांद्यावरच्या झोळीत तिचं बाळ होतं. एका हातानं ती त्याला थोपटत होती.

अन् दुसऱ्या हाताचा तळवा वर आकाशाच्या दिशेनं पसरून भीक मागत होती.

"दया करा साहेब, एक रुपया द्या." तिला कधीच भीक मिळणार नाही. बरेच महिने रस्त्यावर काढल्यामुळे कुणाकडून भीक मिळणार,

कुणाकडून नाही हे मी अगदी बरोबर सांगू शकते. या पहारेकऱ्यांना काय मिळणार आहे कुणावर उपकार करून? ते कशाला कुणावर उपकार करतील?

"चल निघ इथून."

ती स्त्री पायऱ्या चढतच राहिली. मॉलमध्ये जाणाऱ्या गिऱ्हाइकांना तिचा धक्का लागत होता. ते घाईघाईनं आपापली सुरक्षा तपासणी उरकून स्टोअर्समध्ये जायच्या गडबडीत होते. त्यांचं तिच्याकडे कुठलं लक्ष जायला?

ख्रिसमसच्या खरेदीसाठी चारच दिवस उरले होते ना, म्हणून ही गडबड. मी विचार केला.

ते चार दिवस मला अचानकपणे एका मोठ्या लांबलचक युगाप्रमाणे वाटू लागले. या अलीकडच्या काही दिवसांत मी वेळकाळाचा काहीच विचार केला नव्हता. मी जेवणाचा विचार केला, झोपायच्या जागेचा विचार केला, मनोरंजनाचा विचार केला पण काळाचा मात्र कधीच विचार केला नाही.

त्यात विचार करण्यासारखं काय असतं? दररोजचा दिवस सारखाच तर असतो. हा, कधी मला जास्त खायला मिळतं तर कधी कमी. कधी मी स्मशानभूमीत झोपते, तर कधी फुटपाथवर माझी रात्र घालवते. कधी मी नदीत अंघोळ करते, तर अनेकदा मी अंघोळच करत नाही.

मला माझ्या आयुष्यातला तो सर्वोत्तम दिवस आठवला. त्या दिवशीही मी अशीच कोळशाच्या खड्ड्याच्या काठाला उभी राहून माझ्या भविष्याचा विचार करत होते आणि आत्ता देखील मी तेच करते आहे.

मला माझं भविष्य दिसतं आहे.

माझं भविष्य म्हणजे ही बाळ घेतलेली स्त्री. भविष्यात माझी देखील हिच्यासारखी अवस्था असणार. आत्ता ही स्त्री मी उभ्या असलेल्या फुटपाथकडेच खाली मान घालून चालत येतेय. तिचा तो हाताचा तळवा अजूनही तसाच उघडा आहे आणि तिच्या सोबतीला आहे कमालीचं एकटेपण.

ती माझ्याजवळ आली. रडतच होती. तिच्या छातीजवळच्या झोळीतून कण्हण्याचा आवाज आला.

"हा फार बेकार दिवस आहे," मी तिला म्हटलं.

"नाही, नाही. हा दिवस नेहमीसारखाच आहे." फुटपाथवर बसत-बसत ती म्हणाली.

मी माझ्या खिशातून घडी घातलेला पिझ्झाचा तुकडा बाहेर काढला. त्याच्या वर खिशातला थोडा कचरा चिकटला होता. तो झाडून जरा स्वच्छ केला.

"हे घे!" मी म्हटलं.

तिनं तो पिझ्झा माझ्याकडून घेतला अन् क्षणभर त्याच्याकडे टक लावून पाहिलं. जणू ती त्याचं नाव आठवायचा प्रयत्नच करत होती. मग तिनं त्याच्या वरच्या बाजूचा एक छोटा तुकडा दातानं मोडला अन् चावून तो जरासा मऊ केला आणि आपल्या बाळाला दिला. तो तुकडा पकडायला झोळीतून दोन इवले-इवले हात बाहेर आले. आता रडणं थांबलं.

त्या बाईनं वर मान करून माझ्याकडे बघितलं.

"आभारी आहे." ती म्हणाली.

मी तिथून जायला निघाले.

मी चालतच निघाले. खूप दूरवर जायचं होतं मला. कोलकात्याच्या सॉल्ट लेक परिसरात हा मॉल होता. शहराच्या मध्यवर्ती ठिकाणापासून अगदी लांब. परत शहराकडे माघारी यायचं असेल तर कुठल्यातरी वाहनातूनच यावं लागत होतं; पण मी चालतच जायचा विचार केला. आणि तेच योग्य होतं.

माझं कसं होणार मला काहीच माहीत नव्हतं. मला तर आता माझ्या भविष्याचंही चित्र दिसत नव्हतं. रस्त्याच्या मधून तर मी चालत होते. जणू मला ते माझं शेवटचंच चालणं करायचं होतं. आजूबाजूचे श्रीमंतांचे महाल अन् मुलायम हिरवळी मागे पडत चालल्या होत्या. दोन छोट्या-छोट्या तळ्यांच्या मधून जाणाऱ्या अरुंद पायवाटांवरून मी चालत होते. या तळ्यांमध्ये माशांची पैदास अन् मासेमारीही केली जायची. बांबूच्या बनांतून आणि फुटपाथवर राहणाऱ्या लोकांमधून मी वाट काढत निघाले होते. अनेक दुकानं, मशिदी, चित्रपटगृहं आणि योगासनांची केंद्रं यांच्याभोवती असलेले लतामंडप अन् बगिचे मागे पडत चालले होते. सूर्यास्त झाला तरी मी चालतच राहिले. रस्त्यावरचे दिवे लागले. त्यांच्या प्रकाशात धुळीचे कण चमकून पांढुरके दिसू

लागले.

मला आता खूप थकवा आला होता.

पण मी तशीच चालत राहिले. मी थांबले तर मी विचार करायला लागेन आणि जर मी माझा परत विचार करायला लागले, तर मी माझ्याशीच बडबडायला लागेन. आणि याचीच मला भीती वाटत होती.

डॉ. इंद्रांच्या दवाखान्यापाशी पोहोचेपर्यंत बरीच रात्र झाली होती. रस्त्याजवळचं फाटक तर कुलपानं बंद केलं होतं.

रस्त्यांच्या बाजूला सिमेंटच्या मोठमोठ्या पाइप्सची रांग होती. बांधकामासाठी वापरतात ना तसले पाइप. मी त्यातल्याच एका पाइपमध्ये शिरले. माझ्या शेजारच्याच एका पाइपमधून घोरण्याचा आवाज आला. म्हणजे इतरांनीही माझ्यासारखीच शक्कल लढवली होती तर. पण मी झोपले नाही.

मी एकटक फाटकाकडे बघत बसले, रात्र संपायची वाट पाहत राहिले आणि डोक्यात कुठलाही विचार येऊ न द्यायचा प्रयत्न करत राहिले.

पहाटे पहारेकरी फाटक उघडायला आले. मी सरळ फाटकातून आतच शिरले. रस्त्याकडेनं भरभर चालत दवाखान्यात पोहोचले. पायऱ्या चढून परत पुन्हा त्याच पूर्वीच्या खोलीत – राक्षस आणि पलंग यांनी भरलेल्या खोलीत पोहोचले – अजून सगळे जण झोपलेलेच होते. त्या चादरींखाली ते एखाद्या ढेकळासारखे दिसत होते. निव्वळ ढेकळासारखे. राक्षसांसारखे तर अजिबातच वाटत नव्हते.

मला माझा पूर्वीचा पलंग आठवला. खिडकीच्या जवळच्या पलंगाच्या शेजारचा पलंग माझा होता. मी थेट त्याच पलंगाकडे गेले आणि त्याच्याजवळ उभी राहिले.

आता तिथं दुसरंच कुणीतरी झोपलं होतं.

मला वाटलं ती स्त्रीच असणार कारण त्या खोलीत इतर सगळ्या जणी स्त्रियाच होत्या; पण त्या व्यक्तीच्या सबंध चेहऱ्यावर बँडेजच लावलं असल्यामुळे मला ठामपणे काहीच समजत नव्हतं. त्या व्यक्तीच्या हातावर आणि छातीवरही बँडेजच बांधलं होतं. मग कसं ओळखणार?

मी तिथवर इतक्या लांबून चालत आले होते. आणि सबंध रात्रही

केवळ बसून काढली होती. का? तर फक्त त्या दवाखान्यात परत जायचं म्हणून. पण आता काय करावं तेच मला कळेना. आत्तापर्यंत माझ्याबाबतीत असं कधीच घडलं नव्हतं. मला जागा नाही अशी कधीच वेळ माझ्यावर आली नव्हती. मी दुसरा कोणता विचारही केला नव्हता.

आणि म्हणूनच मला त्यावेळेस जे सुचलं तेच मी केलं.

मी त्या पलंगावर जोरात थाप मारली अन् म्हटलं,

‘‘ए, उठ तू माझ्या पलंगावर झोपली आहेस.’’

निर्णय

मला पाहून काही सगळ्यांनाच आनंद झाला नव्हता.

खरं सांगायचं तर, कितीतरी वेळ म्हणजे जवळ-जवळ डॉ. इंद्रा येईपर्यंत कुणीच आनंदात नव्हतं.

वॉर्डातल्या बायका तर अजिबात आनंदात नव्हत्या. सकाळच्या चहाला अजून बराच अवकाश होता. अन् तरीही मी त्यांना गाढ झोपेतून उठवलं होतं. सकाळची वेळ म्हणजे डासांची माणसांवर तुटून पडण्याची वेळ. अशा वेळेस झोपमोड झाली, तर कानाभोवती डासाचं गुणगुणणं ऐकत पडावं लागतं. पण परत झोप काही लागत नाही.

नर्सेसही खूश नव्हत्या. रात्रभर एक तर त्यांना जागरण करावं लागलं होतं आणि त्यात काम. त्यांची रात्रपाळी संपायची वेळ झाली होती. जायच्या अगोदर त्यांना टिपणं काढायची होती अन् फायलीतले कागदही नीट लावून ठेवायचे होते. त्यामुळे त्यांची एकच धांदल उडाली होती. मी पूर्वी जेव्हा या दवाखान्यात आले होते, तेव्हा या नर्सेसपैकी कुणीही त्यावेळेस नव्हतं. त्यामुळे त्या मला ओळखत नव्हत्या. तो माझा पलंग होता, हेही त्यांना माहीत नव्हतं.

पहारेकरीही खुशीत नव्हते. पण मी तर कुंपणावर चढून आले नव्हते की एखादी खिडकी मोडून आले नव्हते. मग त्यांनी रागात असायचं काय कारण? उलट मी तर फाटक उघडायची वाट बघत रात्रभर जागत बसले होते. पण काहीही झालं, तरी माझ्या येण्यानं तिथं त्यांच्यात बराच गोंधळ माजला होता हे नक्की. आणि तसं बघितलं तर ते खूप थकलेलेही दिसत होते.

“जर ही मुलगी आत येऊ शकते, तर मग कुणीही आत येऊ शकतं.” मला आवाज ऐकायला आला.

“कोण कशाला येतंय? सगळे जण तर आपल्यापासून लांब पळतात. आपल्याबरोबर राहण्याऐवजी ते कुठंतरी गुपचूप निघून जातात.”

“आणि ही तर इथं आलीये. मला माहित्येय ती आपल्याला त्रास देणार,” तो पहिला आवाज म्हणाला.

“मिस, कृपया आमच्याबरोबर वेटिंग रूममध्ये चला,” पहारेकरी माझ्या जवळ येऊन म्हणाला. तो आता मला चांगलाच मार देणार असं मला वाटलं, पण बहुतेक तो खूपच दमलेला असावा. त्यानं मला हात देखील लावला नाही. “डॉक्टर इतक्यात येतीलच. चला तुम्ही.”

मला खोली सोडता येणार नव्हती, कारण एकदा का मी खोली सोडली की मला कदाचित दवाखानाही सोडावा लागणार. अन् मला याचीच भीती वाटत होती. मला तिथंच राहायचं होतं. मला काही झालं, तरी दवाखाना सोडायचा नव्हता. मी तशीच पलंगाला घट्ट रेलून उभी राहिले. आणि नजर मात्र माझ्या हाताकडे लावली.

“मी इथं राहावं असंच डॉ. इंद्रांना वाटतं. हा माझाच पलंग आहे.” मी म्हटलं. त्यांनी आता माझा नाद सोडला.

पहारेकरी आपापल्या कामाला लागले अन् नर्सेस माझ्या आवतीभोवती काम करू लागल्या. बँडेज बदलणं, बेडपॅन्स नेणं-आणणं, उशा व्यवस्थित करणं आणि गोळ्या देणं, अशी त्यांची कामं चालली होती. कधी-कधी त्या मला त्यांच्या रस्त्यातून बाजूला व्हायला सांगत होत्या; पण रागानं नव्हे. आणि विशेष म्हणजे कुणीही मला मारत नव्हतं.

मी खूप लांबून इथवर आले होते. अन् सबंध रात्रीही मी जागून काढली होती. माझ्या येण्यानं जी खळबळ उडाली होती, ती जेव्हा थांबली तेव्हा तो वॉर्ड पुन्हा आपापल्या कामाला लागला. चालण्यानं आलेला थकवा आणि रात्रीचं जागरण यांचा परिणाम आता माझ्यावर व्हायला लागला. माझे डोळे आता मिटायला लागले आणि माझं शरीर जमिनीवर कलंडायला लागलं.

काठी धरलेल्या एका रुग्णानं माझ्याकडे खुर्ची सरकवत म्हटलं, “यावर बैस. तुला कुणी काही म्हणणार नाही.”

तिनं माझ्या जवळची खुर्ची रिकामी केली. मी तिच्याकडे दुर्लक्ष

करायचा प्रयत्न केला, पण ती खुर्ची मला खुणावत राहिली. माझे गुडघे आता आपोआप दुमडले गेले. मी खुर्चीत बसले आणि क्षणार्धात पलंगावर डोकं ठेवून गाढ झोपेच्या आधीनही झाले.

"शुभ प्रभात, वल्ली."

डॉ. इंद्रा आल्या होत्या.

"आता लक्ष्मीवर ओरडायचं थांबवून तू इथं का आलीयेस, ते मला सांगशील का?"

मी माझं डोकं हलवून डोळ्यांवरची झोप घालवली आणि उठून उभी राहिले.

"माझं बँडेज निसटलंय."

"म्हणजे नवीन बँडेज पायाला बांधून घ्यायला इथं आली आहेस होय?"

"हो."

"आणखी काही काम?"

मला त्यांना सांगायचं होतं की, मला तुमच्यासारखं बनायचंय. पण मला ते जमेना. काही केल्या माझ्या तोंडातून शब्दच बाहेर पडेनात.

"काही नाही. फक्त बँडेजच बांधून घ्यायचं होतं," मी म्हटलं. पण मला आशा वाटली की, त्यांना माझ्या मनातलं कळेल, मला अजून काहीतरी जास्त त्यांना सांगायचंय हे त्यांना समजेल. पण नाही. शेवटी त्यांनी एक निःश्वास टाकला अन् म्हणाल्या. "चल जरा माझ्या बरोबर."

त्या मला एका हॉलमध्ये घेऊन गेल्या आणि आम्ही दोघी तिथं एका बाकड्यावर बसलो.

"मी निव्वळ तुझ्या पायाला बँडेज बांधावं एवढीच जर तुझी इच्छा असेल, तर माफ कर मला. मी हे तुझ्यासाठी नाही करू शकत."

"तुम्ही हे माझ्यासाठी नाही करू शकत?"

"असं करणं म्हणजे तुला दुखवणं आहे, तुला त्रास देणं आहे. तुला मदत करणं नव्हे."

"नाही, नाही. तसं नाही."

"होय, तसंच आहे. तू परत तुझ्या-तुझ्या मार्गानं जा. आणि तुला वाटेल तसं वाग. पण एक लक्षात ठेव, तसं वागून तू क्षणाक्षणाला

तुझ्या पायांना आणि त्या उरल्यासुरल्या स्नायूंना अधिकाधिक त्रास देते आहेस. मी एक डॉक्टर आहे, वल्ली. आणि कुणालाही न दुखवण्याची मी शपथ घेतलीय. तुझ्या पायांना केवळ बँडेज बांधून तुला तसंच सोडून द्यायचं म्हणजे तुला त्रास देण्यासारखंच आहे. आणि जर मी तसं केलं, तर मी माझी शपथ मोडल्यासारखं होईल.''

''शपथ म्हणजे काय?''

''ते एक दिलेलं वचन असतं.''

''कुणाला दिलेलं?''

''स्वत:ला. आणि स्वत:ला दिलेलं वचन असं मोडायचं नसतं, तर ते पाळायचं असतं. म्हणून जर तुला फक्त बँडेजच बांधून घ्यायचं असेल, तर मी तसं करू शकत नाही. माझा नाइलाज आहे.''

मी माझं डोकं उचलून माझ्या हातांकडे बघितलं.

''मला काय करायला हवं?'' मी विचारलं.

''तुला बरं व्हायला हवं. हे बघ, औषध घेतलीस तर कुष्ठरोग बरा होऊ शकतो आणि जर तू आम्हाला उपचार करू दिलेस, तर या जखमाही बऱ्या होऊ शकतात. तू लहान आहेस. आणि आमच्या माहितीप्रमाणे तुला आई-वडील नाहीत आणि पालकही नाहीत. मी स्वत: तुझी जबाबदारी स्वीकारायला तयार आहे आणि तुला उपचार करून घ्यायलाही मी भाग पाडू शकते. पण मला तू स्वत:हून याचा निर्णय घ्यावास असं वाटतं, वल्ली.''

''त्यासाठी मला काय करावं लागेल?''

''जास्त काही नाही. तुला थोडे दिवस इथंच राहावं लागेल. तुला कोणते औषधोपचार करायची गरज आहे, हे पाहण्यासाठी तुझ्या काही टेस्ट्स् आम्हाला कराव्या लागतील. काही लोकांना केवळ एका गोळीनंच गुण येतो, तर काहींना वेगवेगळ्या प्रकारच्या तीन गोळ्या द्याव्या लागतात. हे औषध तुला दररोज सलग ६ महिने अगर २ वर्षं घ्यावं लागेल. पण हे सगळं तुझ्या तपासणींच्या निकालावर अवलंबून राहील. तसंच तू आम्हाला तुझ्या या जखमा बऱ्या करण्यासाठी मदत करायला हवीस म्हणजेच गरज पडलीच, तर शस्त्रक्रिया करून घ्यायचीही तयारी ठेवायला हवीस.''

मला शस्त्रक्रिया या शब्दाचा अर्थ माहीत नव्हता; पण त्यापेक्षा

वेगळ्याच गोष्टींची चिंता मला सतावत होती.

"मग मला सबंध वेळ इथं राहावं लागणार?"

"हो. केवळ थोड्या दिवसांपुरतं. नंतर आपण ठरवू काय करायचं ते."

"पण मग मी दिवसा बाहेर जाऊन रात्री पुन्हा इथं परत झोपायला आले, तर नाही का चालणार?"

"नाही चालणार," डॉ. इंद्रा म्हणाल्या.

"इथं राहायचं म्हणजे इथंच राहायचं. मनाला येईल तेव्हा अगर भीती वाटते म्हणून लगेच रस्त्यावर पळून जायचं नाही, लक्षात ठेव. इथेच राहायचं."

"कसं शक्य आहे मला ते?" मी त्यांना म्हटलं.

"का शक्य नाही? सांग मला."

"मी माझं पोट कसं भरणार मग?"

त्या हसल्या, "आमच्याकडे जेवणाची सोय आहे. आम्ही तुला यापूर्वीही जेवायला वाढलं होतं. आठवतंय ना?"

छे! कसं काय कळत नाही यांना? मी त्यांच्या कानाजवळ जाऊन हळूच कुजबुजले. "अहो, माझ्याकडे अजिबातच पैसे नाहीत."

डॉ. इंद्रा हसल्या. "तुझ्याकडे पैसे नाहीत हे मलाही माहित्येय. पण तू बरी व्हावीस म्हणून सबंध जगातले लोक आम्हाला पैसे पाठवतात, बरं."

"काय? मी बरी व्हावी म्हणून?"

"हो. आणि तुझ्यासारखे इतरही बरे व्हावेत म्हणून. पण हे काय भेट म्हणून नव्हे, तर त्यांना त्यांच्या या पैशांच्या बदल्यात, दुसरं काहीतरी हवं असतं."

"काय हवं असतं? माझ्याकडे तर देण्यासाठी काहीही नाही."

मग मला त्या वयस्कर माणसांबरोबरच आणि त्याच्या शेळीबरोबरचं माझं बोलणं आठवलं. खरंच माझ्याकडे भरपूर काहीतरी आहे.

"तू निरोगी बनून तुझ्या जीवनात काहीतरी महान कार्य करावंस असं त्यांना वाटत," डॉ. इंद्रा उठल्या. "आता मला माझ्या कामाला जायला हवं. तुला पाहिजे तितका वेळ इथं बसून विचार कर. आणि तुझा निर्णय पक्का झाला की मला सांग."

त्या जायला निघाल्या पण परत मागं वळल्या.

"आणखी एक गोष्ट. काहीही झालं तरी आता परत राक्षसांचा उल्लेख करायचा नाही. तू या लोकांना सन्मानानंच वागवायला हवंस. त्यांच्यासारखाच आजार तुलाही झालाय."

"माझी पण अवस्था शेवटी त्यांच्यासारखीच होणार का?" मी माझ्या नाकाचा शेंडा आत ओढला आणि माझे हात नख्यांसारखे आत वळवले.

"नाही, नाही तसं नाही होणार," त्या चालता-चालता म्हणाल्या.

"तुम्हाला कसं माहीत?" मी त्यांना पाठमोरं विचारलं.

"कारण तुझ्याबरोबर मी आहे." त्यांनी उत्तर दिलं.

मी जिन्याच्या वरच्या टोकाला उभी राहून त्यांना पायऱ्या उतरताना बघत होते. मी परत बाकड्यापाशी आले आणि तिथंच उभी राहिले.

यात खरं तर विचार करण्यासारखं काहीच नव्हतं. जेवण फुकट, झोपायला जागा फुकट आणि झोपायची चटई तर इंग्रजांच्या स्मशानभूमीतल्या थडग्यांवरच्या हिरवळीपेक्षाही मऊ. इथं माझे पायही बरे होतील अन् डॉ. इंद्रा मला परत एकदा त्या सूक्ष्मदर्शकातून पाहायला देतील.

"चहा?"

मी नजर वर केली. नाकाचा अर्धा भाग नाहीसा झालेली एक स्त्री चहाची भांडी अन् कप यांनी भरलेली गाडी ढकलत येत होती. तिच्याकडे अगदी बघवत नव्हतं.

"तू रुग्ण आहेस?" मी विचारलं.

"मी एके काळी रुग्ण होते. पण आता मी इथं काम करते. मी इथली चहावाली आहे," ती म्हणाली.

तिनं माझ्यासाठी स्वत:च्या हातानं थोडासा चहा एका कपात ओतला. तिच्या त्या हाताची बोटं झडली होती. तिनं तो कप मी घ्यावा म्हणून माझ्यापुढे धरला.

मी त्या कपाकडे बघितलं. तिनं तो कप माझ्या शेजारच्या बाकड्यावर ठेवला अन् गाडी ढकलत ती पुढं निघून गेली.

मला तो कप उचलायचा धीरच होईना. कदाचित मी तो कप कधीच उचलला नसता, पण त्या वाफाळणाऱ्या चहाचा मोह मला अनावर होत होता.

त्या चहावालीनं आपली गाडी ढकलत-ढकलत नर्सेसच्या कार्यालयात नेली. एका मोठ्या खिडकीतून मला समोरचं दृश्य दिसत होतं. तिथं बऱ्याच नर्सेस फाइल्स चाळत होत्या, आकृत्या पाहत होत्या, लिहित होत्या, बोलत होत्या अन् त्या चहावालीनं त्यांना तो सकाळचा चहा दिला की तिला 'शुभ प्रभात' अन् 'आभारी आहे' असंही म्हणत होत्या. त्या चहावालीनं आता आपली गाडी ढकलत पुढच्या वॉर्डात नेली.

नर्सेस चहा पीत, गप्पा मारत काहीतरी लिहित होत्या. त्यांच्या दृष्टीनं तो दिवस इतर दिवसांसारखाच एक सामान्य दिवस होता.

मी माझा चहाचा कप उचलला आणि तो चहा पिऊन टाकला.

त्याची चव छान होती. अन् विशेष म्हणजे तो चहासारखाच लागत होता. आणि मग मी डॉ. इंद्रांना शोधायला निघाले. माझा निर्णय पक्का झाला होता. आणि मला तो त्यांना सांगायचा होता.

स्वच्छ

"हा बेड तुझा."

मी परत त्याच वॉर्डात होते. त्याच बेडपाशी माझा बेड होता. माझ्या पूर्वीच्या बेडवर ती सबंध शरीरावर बँडेज बांधलेली बाई झोपली होती आणि मला तिच्या जवळच्या बेडवर जागा करून दिली होती.

"खिडकीच्या जवळच तुला बेड दिला आहे. त्यामुळे तुला बाहेरच्या जगावर लक्ष ठेवता येईल," डॉ. इंद्रा म्हणाल्या.

"तुम्ही मला देखील तसंच करणार आहात?" त्या बँडेज बांधलेल्या स्त्रीकडे बोट दाखवून मी म्हटलं.

"जर तू मला त्रास दिलास, तर मग कदाचित मला तसं करावं लागेल." पण त्या हे सगळं हसत म्हणाल्या. म्हणजेच त्या माझी चेष्टा करत असणार. मी बेडवर बसायला लागले, पण त्यांनी मला अडवलं.

"अगं तू अस्वच्छ आहेस."

"मग मी नदीत जाऊन स्वच्छ होऊन येऊ का?"

त्यांच्या मनात दुसरंच काहीतरी चाललं होतं.

त्या चहावालीचं नाव होतं, उषा. ती नुसतंच चहा द्यायचं काम करत नव्हती तर इतरही बाकीची बरीच कामं करत होती.

"इथूनच पुढं गेलं की, बाथरूम आहे. चल तुला स्वच्छ अंघोळ घालते," ती म्हणाली.

वॉर्डच्या शेवटच्या टोकाला एक छोटंसं बाथरूम होतं. त्यात शॉवरही होता.

"मी स्वतःची स्वत: अंघोळ करू शकते." मी म्हटलं.

बाथरूममध्ये फक्त आम्ही दोघीच होतो. माझ्या अन् दरवाज्याच्या मध्ये उषा उभी राहिली.

"डॉ. इंद्रांनी मला तुला मदत करायला सांगितलीय."

"माझी मी अंघोळ करू शकते," मी पुन्हा म्हटलं.

माझा कुर्ता काढायला मला मदत करण्यासाठी ती पुढे आली, पण मी मागे सरकले.

"वल्ली, बघ इकडं."

तिच्या चेहऱ्याकडे माझी नजर नेली, पण पुन्हा खाली मान केली.

"दुसरीकडे बघू नकोस," ती म्हणाली, "कितीही तोंड वाकडं कर. पण तुला शक्य होईल तेवढा वेळ माझ्याकडे बघ." तिनं आपले हात वर उचलले. मला त्यांच्याकडे बघता यावं यासाठी जेवढी सामान्य बोटांची लांबी असते, त्याच्या निम्मीच तिच्या बोटांची लांबी होती.

तिच्या म्हणण्याप्रमाणे मी केलं.

मी तिच्याकडे बघितलं. मला ते जड जात होतं.

पण मग काहीतरी घडलं.

तिच्या नाकाच्या उडालेल्या नाकपुड्या मला दिसेनात. तिच्या त्या गळालेल्या पापण्या, पांढरीफटक पडलेली बुबुळं आणि तो झडलेला डोळाही मला दिसेना. तिच्या बोटांची खुंटंही मला दिसेनात.

त्या ऐवजी मला दिसू लागला – माझ्यासाठी फक्कड चहा करून आणणाऱ्या स्त्रीचा चेहरा. तिच्या डोळ्यांभोवतीच्या सुरकुत्या मला दिसल्या. तिच्या हसण्यातून मला मायेचा स्पर्श झाला. एका कणखर कष्टाळू आणि निरुपद्रवी स्त्रीचं मला तिच्यात दर्शन झालं.

"मला तू दिसतेस," मी म्हटलं.

ती हसून माझं अंग चोळू लागली.

उषाच्या हाताला काही सगळी बोटं नव्हती. पण जे काय तिच्याजवळ उरलं होतं, ते मजबूत होतं. श्रीमती मुखर्जींच्या बायकांनी चोळल्यापेक्षाही ती जास्त जोरात चोळत होती. मी जोरजोरात ओरडत होते. पण ती फक्त म्हणत राहिली, "अरेच्या, खूप दुखतंय का?" आणि चोळत राहिली. तिनं मला दवाखान्यातलाच एक गाऊन दिला. माझे केस विंचरताना तिनं मला आरशासमोर उभं केलं.

माझ्या आयुष्यात मला आत्तापर्यंत स्वत:कडे लक्ष द्यायला वेळच

मिळाला नव्हता. माझी मावशी नसलेल्या स्त्रीच्या घरात तर आरसादेखील नव्हता. अर्थात पूर्वी एक छोटा आरसा होता, पण माझ्या काका नसलेल्या त्या गृहस्थानं दारूच्या नशेत तो फोडून टाकला होता. दुकानातल्या आरशात मी स्वत:चं प्रतिबिंब बघायची. पार्क स्ट्रीटवरच्या फर्निचरच्या दुकानात बाहेरच्या बाजूला चौकोनी आरसे लावलेले होते. अगदी सकाळच्या वेळेस तर त्या दुकानापुढे पुरुष आणि स्त्रियांची बरीच गर्दी जमलेली असायची. फुटपाथवर राहणारे हे लोक कामाला जाताना या आरशात बघून आपले केस व्यवस्थित करायचे आणि त्यात एक शेवटची नजर टाकूनच मग पुढे जायचे.

पण याच्यासारखा संपूर्ण मोठा आरसा? मला कधीच मिळाला नव्हता. मी माझा चेहरा त्यात बराच वेळ न्याहाळला. मला ते प्रतिबिंब आवडलं. जर मी माझा चेहरा थोडासा तिरपा केला आणि एका बाजूला थोडीशी सावली पाडली, तर मी जराशी त्या चित्रामधल्या आणि जाहिरातीमधल्या नट्यांप्रमाणे दिसते. आणि मग मी माझ्या नाकाचा काही भाग झाकला अन् कुष्ठरोगामुळे माझं नाक असं उषासारखं झालं तर कसं दिसेल हेही पाहिलं.

मी छान दिसत्येय असं मला वाटलं.

आणि मग मी थोडी मागं सरकून बॉलीवूडमध्ये करतात ना, अगदी तस्सा नाच करायला सुरुवात केली. हा नाच मी झरियात शिकले होते. झुलताना अगर गिरक्या घेताना मी स्वत:चंच प्रतिबिंब आरशात पाहत होते.

तेव्हाही मी खूपच छान दिसत होते.

"नीट सरळ उभी राहा बघू," उषा म्हणाली; पण चिडून नव्हे.

"उवा नाहीत. ते एक बरं झालं," तिनं माझा डोक्यातून खालपर्यंत मधोमध भाग पाडून दोन लांबलचक वेण्या घातल्या. त्या वेण्या माझ्या पाठीवर रूळत होत्या.

"तुझ्या वेण्यांना बांधण्यासाठी रिबीनी पाहिजेत." विजार न घालता नुसत्या गाऊनमध्येच वॉर्डमधून फिरायला मला मजा वाटत होती. माझ्या खांद्याला होणारा माझ्या वेण्यांचा स्पर्श मला छान वाटत होता.

"ही बघा, कशी दिसते," उषानं इतर बायकांचं लक्ष माझ्याकडे वेधून घेतलं. "स्वच्छ अन् ताजीतवानी. अगं बघा तरी, ही आपली

वल्ली.''

खरोखरच मी इतर पेशंटकडे पहिल्यांदाच पाहत होते. काही जणी तर इतर बायकांसारख्या अगदी ठीकठाक वाटत होत्या. फक्त त्यांच्या हाताला किंवा पायाला लहानसं बँडेज बांधलेलं होतं. काही जणींच्या पायाला मात्र मोठमोठे सांगाडे आणि बँडेजचा आधार दिला होता.

काही जणी वाचत बसल्या होत्या, काही जणी आराम करत होत्या.

मग त्या सगळ्यांनी मला हसून 'हॅलो' म्हटलं.

फक्त एक जण सोडून.

''ती दररोज सकाळी आपल्याला आजच्यासारखाच गोंधळ घालून उठवणार आहे का?'' ती म्हणाली.

''श्रीमती दास, मला आठवतंय तुम्हीही इथं आल्यावर सुरुवाती सुरुवातीला असाच गोंधळ घालत होतात. नाही का?'' माझ्या जवळच्याच बेडवरच्या एका बाईनं आपल्या सेलफोनवर हात ठेवून मला टोचून बोलणाऱ्या त्या रागीट बाईला म्हटलं. आणि परत आपला हात सेलफोनवरून काढून फोनवरचं संभाषण सुरू केलं. तिच्या बेडवर सगळीकडे फाइल्स, फोल्डर्स अन् वह्या उघड्या पडल्या होत्या. आणि बोलता-बोलता ती त्या चाळत होती.

मी माझ्या बेडच्या कडेला बसले होते, मागच्या वेळेस मला खूप झोपही येत होती अन् आजूबाजूला बघायचीही भीती वाटत होती; पण आता मला सगळं काही बघायचं होतं.

माझी मावशी नसलेल्या स्त्रीच्या घरात मी जमिनीवर झोपायचे. आम्ही सगळे जणच जमिनीवर झोपायचो. तिथं तसंच होतं. रस्त्यावर राहताना मी फुटपाथवर, बाकड्यांवर, बागेत, स्मशानात आणि सरोवरांच्या काठीही झोपले होते. आज मात्र मला झोपायला पहिल्यांदाच हा बेड मिळाला होता.

''माझ्याबरोबर आणखी कुणी हा बेड वापरणार आहे का?'' मी हळू आवाजात विचारलं.

''अगं हा सबंध बेड तुझाच आहे,'' एक आवाज आला.

म्हणजे बँडेज बोलू शकत होतं तर.

मी बेडच्या कडेला बसून माझे पाय खाली सोडले आणि झुलवत राहिले.

मला मजा वाटत होती.

"तुला तुझे पाय झुलवायला येतात?" मी बँडेजला विचारलं.

"नाही. पण मला लवकरच तसं करता येईल." तिनं उत्तर दिलं, "माझ्या पायांना इतकी काही मोठी जखम झालेली नाही."

"मी वल्ली." मी म्हटलं.

"मी लक्ष्मी."

"तुलाही कुष्ठरोग आहे? तुला तर खूपच जास्त प्रमाणात झालेला दिसतोय."

"नाही. मला भाजलंय," ती म्हणाली.

"स्वयंपाकघरात नेहमीच अपघात होतात. त्यातलाच हा एक प्रकार," सेलफोनवर बोलणाऱ्या स्त्रीचं फोनवरचं संभाषण संपलं होतं. "तिच्या सासरच्या लोकांना जास्त हुंडा हवा होता. आणि जेव्हा तो मिळणार नाही, हे त्यांना समजलं तेव्हा कुणीतरी तिच्या अंगावर रॉकेल ओतून तिला पेटवलं. ती अजूनपर्यंत जिवंतच कशी राहिली तेच मला कळत नाहीये. आणि ती या वेदना कशी काय सहन करू शकते, देव जाणे आणि तेही केवळ वयाच्या १५ व्या वर्षी!"

मी लक्ष्मीकडे पाहिलं. मला एल्मा आठवली. माझा काका नसलेला तो गृहस्थ आठवला. मला तर झरियाला जाऊन कधी एकदा त्या सगळ्यांना भेटेन असं झालं.

सेलफोन पुन्हा वाजला आणि ती परत बोलायला लागली.

काही पेशंट पलंगावर उशी डोक्याखाली घेऊन झोपले होते. पण बसताना मात्र त्या उशा त्यांनी आपल्या मांड्यांवर ठेवल्या आणि त्यावर आपले हातांचे कोपरे टेकवून आधार घेतला.

मीही तसंच केलं. त्यामुळे आरामशीर वाटत होतं.

मी वॉर्डात सगळीकडे नजर फिरवली. प्रत्येक जण माझ्याकडे जाणूनबुजून दुर्लक्ष करत होता. काही जण डुलक्या काढत होते. लक्ष्मीचे डोळे मात्र बंद होते. ती रागीट बाई कपाळाला आठ्या घालून माझ्याकडेच बघत होती. मी माझ्या नवीन वेण्यांवरून हात फिरवला. माझ्या स्वच्छ अंगाचा आणि स्वच्छ कपड्यांचा वास घेतला अन् पुढं काय घडतंय याची वाट बघू लागले.

"तुझ्या त्वचेचं रोपण करावं लागणार असं दिसतंय.''

डॉ. इंद्रांसोबत आलेल्या एका पुरुष डॉक्टरनं माझे पाय जवळून निरखत म्हटलं.

"डॉ. कौर, तुम्ही तुमचं सगळं म्हणणं तिला नीट समजावून सांगा. तिला ना सगळ्या गोष्टींचं स्पष्टीकरण हवं असतं आणि आपल्याला ते द्यावंच लागतं,'' डॉ. इंद्रा म्हणाल्या.

डॉ. कौरनी आपल्या पांढऱ्या कोटाच्या खिशातून एक छोटा आरसा बाहेर काढला अन् मला माझ्या पायांचे तळवे अगदी स्पष्टपणे दिसतील, अशा तऱ्हेने तो धरला.

मी माझे तळवे बघितल्या-बघितल्या किळस वाटून दुसरीकडे मान वळवली. धुळीनं माखलेले माझे पाय भयानक दिसायचे हे मला माहीत होतं. पण ते स्वच्छ केल्यावर जास्तच भयानक दिसतात हे आत्ताच कळलं होतं. मी पाहिलं त्यांना मोठमोठ्या खोलवर भेगा पडल्या होत्या. जणू कुणीतरी चाकूनंच माझ्या पायात त्या भेगा कोरल्या होत्या.

"त्या दुखत नाहीत,'' मी म्हटलं.

"म्हणजेच कुष्ठरोगाचे जंतू काम करताहेत असा त्याचा अर्थ आहे.'' डॉ. कौरनी सांगायला सुरुवात केली. "ते जंतू तुझे स्नायू खाऊन टाकताहेत. खरं तर या स्नायूचं काम असतं आपल्यापर्यंत संवेदना पोहोचवणं. विशेषत: दुखण्याच्या संवेदना. हे त्याचं एक फार महत्त्वाचं काम असतं. कारण जर आपल्याला वेदना जाणवल्या नाहीत, तर आपल्याला वेदना होत आहेत हे कसं कळणार?''

डॉ. इंद्रा म्हणत होत्या की, तुम्ही हे स्नायू बरे करू शकत नाही म्हणून.''

"होय. अजून तरी तसा काही प्रयोग झाला नाही. पण एक दिवस तोही प्रयोग यशस्वी होईल,'' ते म्हणाले, "पण आपण तुझ्या या त्रासाची तीव्रता तर कमी करू शकतो ना? तुला आजपासूनच या गोळ्या घ्यायला सुरुवात करावी लागेल आणि या औषधोपचारामुळे तुझ्या पायाची ही छिद्रंही बरी होतील. हो, पण त्यासाठी तुझ्या शरीरावरच्या दुसऱ्या ठिकाणची त्वचा काढून ती या जखमांवर लावावी लागेल.''

"पण तुम्ही थोडीशीच त्वचा काढणार ना?''

"हो. कदाचित यासाठी तुझ्या मांडीची त्वचा काढावी लागेल.''

मी माझ्या मांडीला हात लावला.

"म्हणजे तुम्ही ही त्वचा कापून घेणार. पण त्यामुळे मला दुखेल ना!"

"नाही. उलट तुला काहीही जाणवणार नाही. कारण त्यावेळेस आम्ही तुला झोपवणार." डॉ. इंद्रा म्हणाल्या.

"पण मग मी मधेच जागी झाले तर!"

"काळजी करू नकोस, त्यांनी मलाही तसंच केलंय," "सेलफोनवाली बाई म्हणाली. "पण त्यामुळे मी खूपच लवकर बरी होतेय नाही का डॉक्टर्स?

तिच्या पायावर बँडेज बांधलं होतं.

"मला बघायचंय ते," मी म्हटलं.

"नीता खूपच हुशार आहे हं," सेलफोनवाल्या बाईच्या पायावरचं बँडेज सोडता-सोडता डॉ. इंद्रा म्हणाल्या.

मी नीताच्या पायाची मोठी जखम बघितली. ती त्वचेच्या एका तुकड्यानं झाकली होती.

"हे नाही छान दिसत," मी म्हटलं.

"दिसेल, दिसेल हे तुझे पायही छान दिसतील, याची मी खात्री देतो. हं, आता तुला पाहिजे ते प्रश्न विचार कधीही." ते आता डॉ. इंद्रांकडं वळले.

"हे कधी करावं असं तुम्हाला वाटतं डॉक्टर?"

"मला वाटतं की, आपण जानेवारीच्या मध्यापर्यंत थांबावं. ही जरा जास्तच अशक्त आहे. तिची तब्येत सुधारायची आपण वाट पाहायला हवी, नाही का?"

"मग ठरलं तर – मध्य जानेवारी." आणि ते पुढच्या पेशंटकडे गेले. डॉ. इंद्रांनी माझ्या पायाचं बँडेज बांधायला सुरुवात केली.

"मला माहित्येय की संपूर्ण वेळ मी तुला बेडवर राहायला नाही सांगू शकत, पण कृपा करून माझ्यावर एक उपकार कर. तुझे पाय शक्यतो जमिनीला टेकवू नकोस आणि तुझ्या जखमा अधिकच भयानक करू नकोस. वाटलं तर खिडकीतून बाहेर बघ, आजूबाजूच्या लोकांशी बोल आणि अत्यंत महत्त्वाचं म्हणजे तुला बरं करण्यासाठी आम्हाला सहकार्य कर."

माझ्या पायांना पुन्हा एकदा पांढरंशुभ्र बँडेज बांधलं गेलं.

डॉ. इंद्रांनी मला चालताना पायात घालण्यासाठी म्हणून कापडी स्लीपर्सही दिल्या.

"डॉ. इंद्रा?"

"काय गं, वल्ली?"

"जे लोक या सगळ्यासाठी पैसे देतात त्यांना खरोखरच असं वाटतं का की, मी माझ्या आयुष्यात काहीतरी महान कार्य करावं?"

"होय, खरोखरच त्यांना तसं वाटतं बरं. आणि आणखी एक गोष्ट सांगू?"

"काय?"

"मलाही असंच वाटतं, वल्ली."

आश्चर्यकारक रोटी

गोळी आकारानं लहान, गोलाकार आणि पिवळ्या रंगाची होती. नर्सनं सांगितल्याप्रमाणे, मी ती माझ्या तोंडात टाकली आणि एका ग्लासभर थंडगार पाण्यासोबत ती गिळूनही टाकली.

''झालं?'' मी तिला विचारलं.

''झालं,'' ती म्हणाली, ''आता वर्षभर दररोज एक गोळी घ्यायची. आणि गोळी घेताना असा विचार मनात आणायचा की, माझे स्नायू खाणाऱ्या जंतूंना मी या गोळीबरोबर गिळून टाकत आहे.''

नर्सनं लक्ष्मीसाठीही पाणी ओतलं. आणि तिला बँडेजमधून पाणी पिता यावं म्हणून तिच्या तोंडात एक स्ट्रॉ दिला.

''रक्त कुठं जातं?'' मी तिला विचारलं.

''म्हणजे तुला काय म्हणायचंय?''

''ते हृदयात तयार होतं, बरोबर? आणि तुमच्या सबंध शरीरभर ते त्या लाल रेषांमार्फत पोहोचवलं जातं. मग त्या रेषांच्या शेवटी पोहोचल्यावर ते कुठं जातं?''

''त्या लाल रेषांना शिरा अन् धमन्या असं म्हणतात. आपलं रक्त काही बाहेर जात नाही. ते आपल्या शरीरातच फिरत राहतं. पण तू म्हणतेस ते बरोबर आहे. हृदय पंपासारखं काम करतं.''

''म्हणजे सेल्डासारखं. होय ना?'' हृदय हे रेल्वेस्टेशनसारखं असतं. रेल्वे तर तिथं तयार होत नाहीत, पण त्या तिथूनच ये-जा करतात,'' मी म्हटलं.

ती नर्स माझ्याकडे गमतीदार नजरेनं बघू लागली.

"वल्ली, तू एक दिवस शास्त्रज्ञ होशील." ती म्हणाली.

"डॉ. इंद्रा पण शास्त्रज्ञ आहेत का?"

"अगं तसं बघितलं तर आपण सगळेच शास्त्रज्ञ आहोत," ती हसून म्हणाली.

आता ती जायला निघाली. मी कल्पना केली की, माझं हृदय म्हणजे एक रेल्वेस्टेशन आहे. माझ्या छातीवर जिथं स्टेथेस्कोप ठेवला होता तिथं मी हात लावून बघितला, माझं हृदय धडधडतंय याची मला जाणीव झाली.

"तुझ्या मनगटावरही हात ठेवून बघ." नीतानं सुचवलं. तिनं स्वत:च्या मनगटावर बोटं ठेवून कसं करायचं असतं, ते मला दाखवलं. मला माझ्या मनगटावरची ती जागा मिळायला जरा उशीर लागला; पण मी ती जागा शोधून काढलीच.

"दोन्ही मनगटांवरही ते जाणवतं," मी स्पष्टीकरण दिलं.

"तुझ्या मानेवरही बघ," नीतानं आपली बोटं तिच्या मानेवर ठेवली. "याला 'नस' म्हणतात."

मला माझी नस सापडली, पण मला इतरांच्याही मानेवरची नस शोधायची होती. जवळच लक्ष्मी होती. पलंगावरून न उतरताच मला तिचं मनगट पकडता येत होतं. मला तिची नस मिळाली आणि मग मी माझ्या पायात चपला चढवून इतर पेशंटकडेही गेले.

बऱ्याच बायकांनी काहीही कुरकुर केली नाही, पण श्रीमती दासनी मात्र लगेचच, मी जवळ पोहोचल्या-पोहोचल्या, आपल्या हातांची घडी घालून मनगट काखेत लपवलं. मग मीही तिला काही किंमतच दिली नाही.

मला वाटलं कदाचित तिला नसच नसेल.

मी प्रत्येक मनगटावरची नाडी शोधण्यात इतकी गुंग झाले होते की, जो हात मी तपासत होते, त्या हाताला बोटं आहेत की नाहीत, ह्याकडेही माझं लक्ष नव्हतं. एका हाताची बोटं झडल्याचं माझ्या लक्षात आलं होतं. पण धमन्यांमधून रक्तप्रवाह जाताना मला अनुभवायचा होता. त्यासाठी मी इतकी उतावीळ झाले होते की, त्या हाताला बोटं नाहीत, याचं मला काहीच वाटलं नव्हतं.

जेवणाची गाडी आली. सबंध जगातल्या लोकांनी दिलेल्या पैशांचा

डाळभात मी भरपेट खाल्ला. मी कल्पना केली की, सगळीकडचे लोक एकत्र जमून मला काय खायला आवडेल, यावर चर्चा करत असणार. म्हणूनच मला भाताचे एक शीतही वाया घालवायचं नव्हतं.

जवळ-जवळ पुढचे तीनही दिवस मी नुसती खात होते अन् झोपत होते. श्रीमती दास सोडून बाकी सर्वांच्या मनगटाच्या नाड्या मी पुन्हा-पुन्हा तपासल्या. श्रीमती दासच्याही मानेची नस मी तपासणार होते; पण त्या खराब मूडमध्ये असल्यामुळे त्या मला चावतील की काय, अशी भीती वाटत होती. डॉ. इंद्रांनी मला त्यांच्या स्टेथोस्कोपमधून पुन्हा एकदा माझ्या हृदयाचे ठोके ऐकवले. मी दररोज एका मोठ्या ग्लासभरून पाण्याबरोबर माझी गोळी घेत होते आणि माझे पाय जमिनीला टेकणार नाहीत, याची पुरेपूर खबरदारीही घेत होते.

मला वाटलं होतं, त्यापेक्षाही हे सोपं होतं; पण मला खूपच थकवा जाणवत होता. जणू काही माझ्या आत्तापर्यंतच्या आयुष्यातला सगळा थकवा आता डोकं वर काढत होता.

"माझीही तशीच स्थिती आहे," नीताचं बोलणं माझ्या कानावर पडलं. माझ्या सकाळच्या डुलकीतून मी नुकतीच जागी झाले होते. कारण आता जेवायची वेळ झाली होती ना. "आपल्यापैकी बरेच जण केवळ विश्रांतीसाठीच इथं थांबलेत. आपण जोपर्यंत दवाखान्यात असतो तोपर्यंतच फक्त आपल्याला विश्रांती मिळते." सगळ्या बायका वॉर्डात इकडून तिकडं फिरत होत्या.

"कशाचा एवढा थकवा आलाय?" मी विचारलं. मला वाटत होतं की, कुष्ठरोग्यांना केवळ रेल्वेरूळाच्या पलीकडं बसून त्यांच्यावर फेकलेले दगड चुकवायचंच काय ते फक्त काम असतं; पण मग मला तो ज्योतिषी आठवला. तो देखील कुष्ठरोग झाला असूनही काम करत होताच की आणि इतरही कदाचित बरीच कुष्ठरोगी माणसं असतील जी काम करत असतील; पण त्यांच्याबद्दल मला काहीच माहिती नसेल.

"मी एका हेल्थ सप्लाइज कंपनीची विक्री अधिकारी आहे," नीता म्हणाली. "माझ्या हाताखाली १४ विक्रेते काम करतात आणि त्यांपैकी ९ जण पुरुष आहेत आणि मी इथून बाहेर पडेपर्यंत जर त्यातल्या एकानं आपली वृत्ती बदलली नाहीतर तिथं मग नऊ ऐवजी आठच पुरुष असतील."

"तुला कुष्ठरोग नाही ना?"

"मला कुष्ठरोगच आहे किंवा मला झाला होता, असं म्हण हवं तर. पण मी गोळ्या घेतल्यामुळे बरी झाले. परंतु त्यामुळे माझ्या स्नायूंना खूप दुखापत झालीय अन् पायांनाही खूप जखमा झाल्यात."

"जखमा?"

"हो. माझ्या हाताखालच्या लोकांवर नियंत्रण ठेवायचं काम मी करते. पण त्या लोकांच्या चुका शोधण्यातच आणि कामाचा बाकीचा व्याप सांभाळण्यात माझा इतका वेळ गेला की, मला माझ्या पायांकडे नीटसं लक्ष देता आलं नाही आणि त्यामुळेच तर माझ्यावर इथं येण्याची वेळ आली. पण इथेही, तिनं आपला फोन उचलला, "हे लोक मला सतत फोन करत असतात अन् त्रास देत राहतात. मलाच त्यांच्या अडचणी सोडवाव्या लागतात. काय करणार?" मला तिचा फोन बघायचा होता. मी यापूर्वी कधीही साधा फोनही हातात धरला नव्हता. तिच्या बेडवरच्या वह्या अन् फायलींमध्ये काय-काय आहे, हे ही मला बघायची खूप उत्सुकता लागून राहिली होती. तिनं मला सगळं काही सांगावं असंही वाटत होतं. पण हे सगळं करण्याऐवजी मी जेवल्या जेवल्याच अगदी गाढ झोपी गेले.

दुसऱ्या दिवशी सकाळी उठल्यावर माझ्या लक्षात आलं की, माझा सगळा थकवा एकदाचा निघून गेलाय. "माझा उत्साह परत आलाय," मी जाहीर केलं.

"छान," श्रीमती दास म्हणाल्या. पण त्यांच्या चेहऱ्याकडे बघून त्यांना आनंद झालाय, असं काही वाटत नव्हतं.

मी आता बेडवर थांबू शकत नव्हते. मी वॉर्डच्या एका कोपऱ्यातला झाडू घेतला अन् सगळ्या बेडखालून झाडून घेतलं. मी बाहेर हॉलमध्ये जाऊन इतर वॉर्डांमध्ये डोकावून पाहिलं. सगळ्यांना 'शुभ प्रभात' आणि 'नमस्कार' म्हणण्यात मी बराच वेळ घालवला. शेवटी एका नर्सनं मला माझ्या वॉर्डकडे पिटाळलंच.

मी तिथंच थोडा वेळ काहीतरी करत राहिले. नाष्टा अन् अंघोळ करण्यात थोडा वेळ गेला, पण नंतर मात्र मी बाहेर पळाले. मला प्रत्येकाची नाडी तपासायची होती ना! पण बरेचसे पेशंट पुन्हा झोपी गेले होते. आणि त्यांची झोपमोड केलेली त्यांना चालणार नाही, हेही

मला माहीत होतं.

मी लक्ष्मीच्या बोटांशी थोडा वेळ खेळ केला. आम्ही बोटांनी टिचक्या वाजवून ताल धरला. मग मी त्या तालावर हळू आवाजात झरियात शिकलेलं गाणं म्हटलं पण लक्ष्मी कोणतीही गोष्ट जास्त वेळ करू शकत नव्हती. आणि ती नुकतीच झोपेतून जागी झाली होती.

"तिच्या आजारामुळे तिला जादा औषधांचा डोस घ्यावा लागतो ना," नीता म्हणाली. तिनं परत आपल्या फायलींमध्ये डोकं घातलं. मी ही संधी पकडायची ठरवलं.

"तू काय करते आहेस?" जवळून डोकावण्यासाठी मी तिच्या जरा जवळ गेले.

"मी आमच्या जिल्ह्याचा विक्रीचा नकाशा तयार करते आहे," तिनं सांगायला सुरुवात केली, "जर एखादी ठरावीक वस्तू एखाद्या ठिकाणी इतर ठिकाणांपेक्षा जास्त खपत असेल, तर त्याची कारणं मला हवी आहेत. ते तसं का घडतं? एखाद्या विक्रेत्यामुळे की त्या वस्तूच्या गुणवत्तेमुळे? पण जोपर्यंत वस्तुस्थिती काय आहे, हे मला समजत नाही तोपर्यंत ही कारणंही माझ्या लक्षात येणार नाहीत. तुला वाचता येतं? तुला अंक ओळखता येतात?"

"मला हिंदी आणि इंग्रजीही वाचता येतं. पण थोडंसंच," मी अभिमानाने सांगितलं. "आणि मला १०० पर्यंत अंकही ओळखता येतात."

"मग झालं तर. तुला हे नक्कीच कळेल. काही अवघड जाणार नाही. बघ हं."

तिनं मला एक वर्तुळ दाखवलं. त्या वर्तुळात रेषा काढून त्यांचे वेगवेगळे भाग केले होते.

"याला 'पाय चार्ट' म्हणतात."

"पाय?"

"बरं, तुला कळावं म्हणून आपण याला 'रोटी चार्ट' म्हणूयात. हे वर्तुळ एका विक्रेत्याची एकाच क्षेत्रातली आमच्या कंपनीच्या सर्व उत्पादनांची तीन महिन्यांतली विक्री दर्शवतं. कळतंय ना तुला?"

पहिल्यांदा मला 'दर्शवतं' या शब्दाचा अर्थच कळला नाही. पण नंतर तो माझ्या लक्षात आला. रेल्वेस्टेशन हृदय दर्शवतं अशाच अर्थाचं

ते वाक्य होतं.

ती पुढे बोलतच राहिली. "प्रत्येक भाग आमच्या कंपनीचं एकेक उत्पादन दर्शवतो." वर्तुळावर बोट ठेवून ती मला प्रत्येक भाग समजावून सांगू लागली. 'केसाचं क्रीम, हातांचा साबण, शाम्पू, दाढीचा साबण इत्यादी.' या नकाशाकडे बघितल्यावर असं कळतं की, या क्षेत्रात शाम्पूपेक्षा दाढीचा साबण जास्त विकला गेलाय. पण इतर नकाशात तर वेगळ्याच गोष्टी दिसताहेत. त्यामध्ये शाम्पूची विक्री सगळ्यात जास्त दाखवलीय. आता याचं कारण मी शोधत्येय. इथला विक्रेता एक पुरुष आहे. त्यामुळे हा केवळ पुरुषांनाच आपलं उत्पादन विकतोय का? की तो बायकांच्या बाबतीत फारच फटकळ असल्यानं त्या त्याच्याकडचं उत्पादन खरेदी करत नाहीयेत? का तो बायकांच्या बाबतीत खूपच लाजाळू असल्यानं त्यांच्यात मिसळत नाहीये? की बाकीची काही वेगळी कारणं आहेत? या माहितीवरून तिनं नकाशावर टिचकी वाजवून म्हटलं, "ही अडचण कशी सोडवायची, हे मला कळेल."

"तू कुठं राहतेस?" मी तिला विचारलं.

"हावरामध्ये, नदीच्या पलीकडे."

"म्हणजे रेल्वेरूळाच्या पलीकडे असणाऱ्या कचऱ्याच्या ढिगाऱ्यात?"

ती हसली. "नाही, नाही. एका नवीन इमारतीत माझं खूपच छान घर आहे. मी रेल्वेरूळावर राहत असेन, असं तुला का वाटलं?"

आणि मग तिनं मला थोडे कागद आणि एक पेन्सिल दिली. आणि मला 'रोटी चार्ट' कसा काढायचा तेही दाखवलं.

"या वार्डात १० पेशंटस आहेत. मग आता या वर्तुळाचे समान १० भाग कर बघू," ती म्हणाली, "समान म्हणजे सारखे, एकाच आकाराचे."

मी तसं करण्यासाठी माझ्या बेडवर गेले. खूप वेळा प्रयत्न केल्यावर मग कुठं मला ते जमलं.

"आता हे शोधून काढ की किती पेशंटना कुष्ठरोग आहे आणि किती पेशंटना भाजलंय."

मी प्रत्येक पलंगापाशी गेले. प्रत्येकानंच मला त्यांना काय झालंय ते सांगितलं. याला अपवाद फक्त एकच श्रीमती दास.

"तिला कुष्ठरोग झालाय," नीता म्हणाली. "त्यामुळेच तिची

विनोदबुद्धी मेलीये. बरं ते राहू दे, काय म्हणतोय तुझा निकाल?''

''७ जणांना कुष्ठरोग आणि ३ जणांना भाजलंय.''

''आता हे तुझ्या नकाशात दाखव.'' ती म्हणाली, पण ते कसं दाखवायचं हे मात्र तिनं मला सांगितलं नाही.

मी परत माझ्या पलंगाकडे गेले आणि ते कसं दाखवायचं यावर विचार केला. आणि तो नकाशा तयार झाल्यावर मला नीताला न विचारताच कळलं की, मी अगदी बरोबर दाखवलंय. अगदी बरोबर. त्यानंतर मी आणखी एक 'रोटी चार्ट' तयार केला – किती जण सकाळच्या चहात साखर किंवा दूध घेतात आणि किती जण साखर व दूध दोन्ही घेतात.

तसंच किती जण विवाहित आहेत आणि किती जण अविवाहित हा ही चार्ट मी तयार केला. तसंच किती जणांना रोटीपेक्षा भात जास्त आवडतो, याचाही एक चार्ट तयार केला.

त्या दिवशी दुपारी मी उशीराच झोपले. माझ्या बेडवर सगळीकडे ते माझे सुंदर-सुंदर चार्ट मी पसरवून टाकले होते.

माझी गोळी घेण्यासाठी नर्सनी मला उठवलं. तिनं ते सगळे चार्ट गोळा करून एकत्रितपणे एका पुठ्ठ्याच्या रिकाम्या ऑफिस फाइलमध्ये ठेवले. आणि ती फाइल माझ्या उशाला खालच्या बाजूला बांधली. एक मोठा ग्लास भरून पाण्याबरोबर मी ती माझी गोळी घेतली आणि परत उशीवर डोकं टेकवून आणि फायलींवर माझे हातपाय टाकून चांगली ताणून दिली.

मला चांगलीच गाढ झोप लागली.

स्वच्छ मध्यरात्र

"वल्ली, वल्ली? उठ, जागी हो.''

मी माझे डोळे उघडले. डॉ. इंद्रा माझ्या बेडवर बसल्या होत्या. रात्रीची वेळ होती आणि मी अगदी जेवणाच्या वेळेसच झोपले होते.

मी उठून बसले. "मला भूक लागलीये.''

डॉ. इंद्रा हसल्या. "होय लागणारच. एक मिनिटात मी तुझ्यासाठी जेवण मागवते. पण आधी माझ्याकडे तुझ्यासाठी काहीतरी आहे. उद्या काय आहे माहीत आहे ना?

मी डोकं हलवून नाही म्हटलं.

"अगं उद्या नाताळ आहे.''

"खरेदीसाठी आता वेळ नाही.''

"अजिबात नाही. उद्या इथं नाताळनिमित्त पार्टी आहे. त्यासाठी खास मेजवानीचा बेत केलाय. आणि प्रत्येकालाच एक भेटवस्तू दिली जाणार आहे. पण उद्या मी इथं नसणार. मी माझ्या आई-वडिलांसोबत नाताळ साजरा करणार आहे. म्हणून आजच रात्री मला काहीतरी भेटवस्तू तुला द्यायची आहे.''

त्या मागच्या बाजूला गेल्या आणि सुंदर-सुंदर कागदांनी सजवलेलं एक पुडकं घेऊन आल्या. सांताक्लॉज हसतच होता. आणि त्याबद्दल त्याला कुणीही मारत नव्हतं.

त्यांनी ते पुडकं मला दिलं.

मी ते घेतलं. जे जड लागत होतं. त्याचं काय करावं, हेच मला कळेना.

"ही भेटवस्तू तुझ्यासाठी," त्या म्हणाल्या, "ते वरचे कागद काढून त्याच्या आत काय आहे ते बघ तरी."

मी ते सगळे कागद बाजूला केले. टेपनं ते एकमेकांना चिकटवले होते. मी एकाही कागदाला धक्का न लावता अगदी काळजीपूर्वक ते कागद बाजूला करत होते.

"काय आहे?" लक्ष्मीनं विचारलं.

"हं बघू, बघू काय आहे?" नीता म्हणाली.

"आम्हालाही दाखव ना."

ते पुस्तक होतं. मी त्याचं नाव वाचायचा प्रयत्न केला, पण ते शब्द मला खूपच अवघड वाटत होते.

"बॉयोलॉजी ऑफ ह्युमन बॉडी," डॉ. इंद्रांनी माझ्या वतीनं ते नाव वाचलं. "हे माझं शाळेत असतानाचं जुनं पुस्तक आहे. आता तुला त्यातला बराचसा भाग अवघड वाटेल, पण काही भाग मात्र तुला कळण्यासारखा आहे."

"तिला खूप पूर्वीपासूनच त्या पुस्तकातलं सगळं ज्ञान आहे डॉक्टर, होय ना?" नीता म्हणाली. "खूपच चुणचुणीत मुलगी आहे, कदाचित एक दिवस असा येईल की, आपण दोघीही तिच्या हाताखाली काम करत असू."

मी ते पुस्तक उघडलं.

काही पानांवर चहाचे डाग पडले होते. बऱ्याच पानांवर समासात हातांनी टिपणं काढली होती आणि काही वाक्यांना अधोरेखितही केलेलं होतं.

पुस्तकाची मधली काही पानं पारदर्शक प्लॅस्टिकची होती. त्यांच्यावर मानवी शरीराच्या आकृत्या काढल्या होत्या आणि त्यांना झटका देऊन हलवलं की, त्यांच्यापाठीमागे असलेल्या हाडांच्या अन् स्नायूंच्या आकृत्या दिसत होत्या. आणि जवळजवळ त्यातल्या प्रत्येक पानांवर चित्रं होती.

"तुम्ही मला हे पुस्तक का देताय?"

"तू हे पुस्तक तुझ्याकडेच ठेव," डॉ. इंद्रा म्हणाल्या. "यासाठी तुला काहीही द्यावं लागणार नाही. ही भेटवस्तू आहे असं समज. काहीतरी दुसऱ्याला द्यायचं, पण त्याबदल्यात कशाचीही अपेक्षा बाळगायची नाही यालाच तर 'भेटवस्तू' म्हणतात. ही भेट मी तुला देत्येय कारण

तू मला आवडतेस.''

मॉलमधल्या बाईला मी ज्याप्रमाणे पिझ्झा दिला होता, तशीच ही देखील भेट आहे, असं मला वाटलं. मेट्रोपॉल हॉटेलची चादरही मी अशीच भेट म्हणून दिली होती आणि साबणही भेट म्हणून दिला होता. तसं बघितलं, तर कोलकात्यात मी उसन्या घेतलेल्या सर्व वस्तू इतरांना देऊन टाकल्या होत्या.

''ही भेट मी केवळ उसनी म्हणून घेईन,'' मी म्हणाले. ''आणि जेव्हा मला यातलं सगळं ज्ञान माहिती होईल तेव्हा ज्या कुणाला या ज्ञानाची आवश्यकता असेल त्याला हे पुस्तक देऊन टाकीन.''

''मग हे देखील दुसऱ्यांना देऊन टाक. मला तुला आलिंगन द्यायचंय.'' डॉ. इंद्रांनी जवळ येऊन माझ्याभोवती त्यांचे हात टाकले.

त्या काय करताहेत ते मला कळेना. मी घाबरले नव्हते, कारण त्या मला काहीही दुखापत करणार नाहीत हे मला माहीत होतं. पण... पण ते आलिंगन चमत्कारित होतं. तसं आलिंगन मला यापूर्वी कुणीही दिलं नव्हतं. आमच्या दोघींची हृदयं जणू एकत्रितपणे धडधडताहेत असं मला वाटलं.

''हा नाताळ तुला आनंदाचा जावो, वल्ली.'' त्या म्हणाल्या आणि मागे सरकल्या. एवढ्यात घंटा वाजू लागल्या.

ज्या-ज्या स्त्रियांना पलंगावरून उठणं शक्य होतं, त्या सगळ्या जणी खिडकीभोवती गोळा झाल्या. त्यांनी खिडक्यांचा काचा ओढून बाजूला केल्या आणि त्यांचे दरवाजेही उघडले. आता आवाज व्यवस्थित ऐकू येऊ लागला.

मी त्यांच्यात जाऊन मिसळले.

सबंध कोलकात्यात घंटाचे आवाज घुमत होते.

''नाताळ आला,'' कुणीतरी म्हटलं, ''मध्यरात्र झालीय. सगळ्यांना नाताळच्या शुभेच्छा!''

उषानं आपली ढकलगाडी वॉर्डमध्ये आणली.

''ही सुट्टी साजरी करायला कुणाकुणाला खास मेजवानी आहे?''

''आइस्क्रीम मिळणार आहे का? मला तर लहानपणापासून आइस्क्रीमच खायला मिळालेलं नाही.'' श्रीमती दास म्हणाल्या.

''म्हणूनच कदाचित ती असं वागत्येय.'' नीता पुटपुटली. ''चल,

वल्ली, श्रीमती दास हावरटही आहेत आणि रागीटही. आपण वेळेवर पोहोचले नाहीतर त्या आपल्या वाट्याचंही आइस्क्रीम खाऊन टाकतील.''

पण मी खिडकीतून बाहेर दिसणारी रात्रच बघत राहिले.

मला माहीत होतं, की त्या रात्री बाहेर अशी कितीतरी माणसं आहेत की ज्यांना आजचे आइस्क्रीम मिळणार नाही. मी जिथं झोपायचे तिथंच ते झोपले असणार. गारठून, घाबरून, भुकेनं तडफडत अन् रोगानं त्रस्त. मला पुन्हा एकदा माझी मावशी नसलेल्या त्या स्त्रीची आठवण आली आणि वाटलं की, तिला किंवा तिच्या मुलांना कधीतरी आइस्क्रीम खायला मिळालं असेल का? मी कधीतरी त्यांच्यासाठी थोडंसं आइस्क्रीम घेऊन जाईनही.

"मीच एवढी भाग्यवान कशी?" मी रात्रीला विचारलं.

"वल्ली, ठीक आहेस ना तू?" उषा माझ्यामागे येऊन उभी होती.

"डॉ. इंद्रांनी मला आलिंगन दिलं माहित्येय का तुला? आणि मी ते दुसऱ्यांना द्यावं असंही त्यांना वाटतंय. मी ते तुला दिलं तर चालेल?" मी विचारलं.

मग आम्ही दोघींनी एकमेकींना आलिंगन दिलं. डॉक्टरांना आलिंगन देताना जसं बरं वाटलं होतं तसंच आत्ताही वाटत होतं. आइस्क्रीमची शेवटची डिश घेऊन एक पेशंट उभी होती.

"चल लवकर, वल्ली आम्ही तुझी वाट बघतोय." ती म्हणाली.

मला मैत्रिणी मिळाल्या असंच मला वाटलं आणि विशेष म्हणजे त्या माझी वाट बघताहेत. हे सगळं कसं काय घडलं? त्या ज्योतिषाचं भविष्य खरं झालं की काय?

मी माझं आइस्क्रीम खायला पळाले. आता माझं कसं होणार हा विचार करत थांबायला मला आता वेळ होताच कुठं?